VIETNAMESE
VISUAL DICTIONARY

Published by Collins
An imprint of HarperCollins Publishers
Westerhill Road, Bishopbriggs, Glasgow G64 2QT

HarperCollins Publishers
Macken House, 39/40 Mayor Street Upper,
Dublin 1, D01 C9W8, Ireland

First Edition 2021

10 9 8 7 6 5 4 3 2

© HarperCollins Publishers 2021

ISBN 978-0-00-839966-5

Typeset by Jouve, India

Printed in India

Acknowledgements

We would like to thank those authors and
publishers who kindly gave permission for
copyright material to be used in the Collins
Corpus. We would also like to thank Times
Newspapers Ltd for providing valuable data.

A catalogue record for this book is available
from the British Library

If you would like to comment on any aspect
of this book, please contact us at the given
address or online.
E-mail dictionaries@harpercollins.co.uk
 www.facebook.com/collinsdictionary
 @collinsdict

MANAGING EDITOR
Maree Airlie

FOR THE PUBLISHER
Gerry Breslin
Kerry Ferguson
Gina Macleod
Kevin Robbins
Robin Scrimgeour

CONTRIBUTORS
Anna Stevenson
Trang Tran

TECHNICAL SUPPORT
Claire Dimeo

MIX
Paper | Supporting
responsible forestry
FSC™ C007454

CONTENTS

Whether you're on holiday or staying for a slightly longer period of time, your **Collins Visual Dictionary** is designed to help you find exactly what you need, when you need it. With over a thousand clear and helpful images, you can quickly locate the vocabulary you are looking for.

THE DINING ROOM | PHÒNG ĂN

It is not traditional in Vietnamese homes for the kitchen and the dining room to be combined. If you are invited to dinner by a family, generally one person spends time cooking in the kitchen while another entertains the guests in the living room. Guests usually only see the cook later, in the dining room.

② YOU MIGHT SAY/HEAR...

Bon appetit.
Chúc ngon miệng.
chook ngon mee-ing

③ Enjoy your meal.
Mời thưởng thức.
moy thong took

④ VOCABULARY

dining table	tablecloth	to dine
bàn ăn	khăn trải bàn	ăn
ban un	kan chai ban	un

sideboard	to set the table	to clear the table
tủ bếp	bày bàn ăn	dọn bàn ăn
too bep	bay ban un	zon ban un

⑤ YOU SHOULD KNOW...

Good table manners in Vietnam include: waiting for the most senior person at the table to start; not hitting the chopsticks on the bowl or standing them upright in the rice; and not standing up to reach a dish.

① GENERAL

cup and saucer	knife and fork	mug
chén trà và đĩa	dao và đĩa	cốc
chen cha var dee-a	zow var zee-aa	cock

63

The Visual Dictionary includes:

- 10 chapters arranged thematically, so that you can easily find what you need to suit the situation
- **①** **images** – illustrating essential items
- **②** **YOU MIGHT SAY...** – common phrases that you might want to use
- **③** **YOU MIGHT HEAR...** – common phrases that you might come across
- **④** **VOCABULARY** - common words that you might need
- **⑤** **YOU SHOULD KNOW...** – tips about local customs or etiquette
- an **index** to find all images quickly and easily
- essential **phrases** and **numbers** listed on the flaps for quick reference

USING YOUR COLLINS VISUAL DICTIONARY

The points set out below will help to make sure that your **Collins Visual Dictionary** gives you as much help as possible when using Vietnamese:

1) How to address people politely

Vietnamese people use various terms to address each other in conversations. Personal pronouns depend on the context, age, gender, family relationships, and so on.

In formal contexts, you can address your peers as "anh" (ann) (literally "older brother") or "chị" (chee) (literally "older sister"), and people senior to you as "ông" (ong) (literally "grandfather" but can also mean "Mr") or "bà" (bah) (literally "grandmother" but can also mean "Mrs"). However, Vietnamese people never address each other by their surnames; they use the title (Mr, Mrs etc) followed by the first name instead.

In informal contexts, the choice of personal pronoun depends on the relationship between the two people. When speaking to a person who is roughly the same age as you, "bạn" (ban) (literally "friend") is the most common pronoun. Depending on the age of the person you are speaking to, you can also use kinship terms to address them as if they were relatives. For example, you can address an older person as "ông" (ong) (grandfather), "bà" (bah) (grandmother), "bác" (bark) (uncle/aunt), "cô" (cor) (aunt), and so on.

2) Classifiers

Classifiers are a special feature of Vietnamese and are mandatory when using a noun with a numeral or referring to a specific noun. For example, "one table" is "một cái bàn" (mot kai ban) and "this orange" is "quả cam này" (kwar cam nay). In these cases, the classifiers are "cái" and "quả" respectively.

There are many different classifiers in Vietnamese, used for different types of objects. The most common classifier is "cái" and this can be treated as a default option when you don't know which is the correct one to use.

3) Tones

Vietnamese is a tonal language, meaning that each word is pronounced with a different pitch of voice. The same word said in different tones will have different meanings. There are six tones in standard Vietnamese, five of which are indicated by signs above or below the vowel. The following table is an example of the different tones of the sequence "la" (lar).

TONE NAME	SIGN	PITCH LEVEL	EXAMPLE	MEANING
không	no sign added	high level tone	la	shout
huyền	` (above the letter)	low falling tone	là	to be
hỏi	ʔ (above the letter)	low falling-rising tone	lả	exhausted
ngã	~ (above the letter)	high falling-rising tone	lã	tap water
sắc	´ (above the letter)	high rising tone	lá	leave
nặng	. (below the letter)	low short falling tone	lạ	strange

Listening to the free audio resource available with this dictionary will help you with your pronunciation of Vietnamese.

FREE AUDIO

We have created a free audio resource to help you learn and practise the Vietnamese words for all of the images shown in this dictionary. The Vietnamese words in each chapter are spoken by native speakers, giving you the opportunity to listen to each word twice and repeat it yourself. Download the audio from the website below to learn all of the vocabulary you need for communicating in Vietnamese.

www.collins.co.uk/visualdictionary

Whether you're going to be visiting Vietnam, or even staying there for a while, you'll want to be able to chat with people and get to know them better. Being able to communicate effectively with acquaintances, friends, family, and colleagues is key to becoming more confident in Vietnamese in a variety of everyday situations.

umbrella
ô
oh

blue
xanh da trời
sang zaa choy

red
đỏ
dor

green
xanh lá cây
sang lah kay

yellow
vàng
vang

white
trắng
chang

black
đen
den

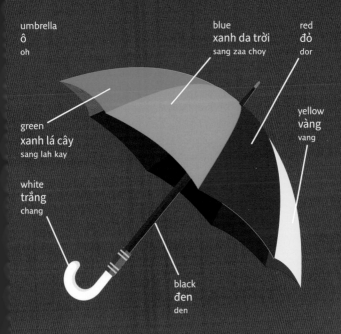

Hello.
Xin chào.
sin chow

Hi!
Chào!
chow

Good morning/
evening.
Chào buổi sáng/
tối.
chow boo-ee sang/toy

Good afternoon.
Chào.
chow

Good night.
Chúc ngủ ngon.
chook ngoo ngon

See you soon.
Hẹn sớm gặp lại.
hen som gap lie

See you tomorrow.
Hẹn gặp bạn vào
ngày mai.
hen gap ban vow ngie my

Bye!
Tạm biệt!
tam bee-it

Have a good day!
Chúc bạn một ngày
tốt lành!
chook ban mot ngie tot
lann

Yes.
Vâng.
vung

No.
Không.
kong

I don't know.
Tôi không biết.
toy kong bee-it

please
xin vui lòng
sin voo-ee long

Yes, please.
Vâng, làm ơn.
vung, lam on

Thank you.
Cảm ơn bạn.
kam on ban

No, thanks.
Không, cám ơn.
kong, kam on

Excuse me.
Xin lỗi.
sin loy

Sorry?
Xin lỗi?
sin loy

I'm sorry.
Tôi xin lỗi.
toy sin loy

OK!
Đồng ý!
dong ee

You're welcome.
Không có gì.
kong cor zee

I don't understand.
Tôi không hiểu.
toy kong hee-u

YOU SHOULD KNOW...

Shaking hands is important for Vietnamese people when meeting and parting, especially in formal settings. However, a kiss on the cheek or an embrace might be considered rude as most people are still unfamiliar with these gestures of affection.

How old are you?
Bạn bao nhiêu tuổi?
ban bow new toy-ee

When is your birthday?
Bạn sinh ngày nào?
ban sing ngie now

I'm ... years old.
Tôi ... tuổi.
toy ... toy-ee

I was born in...
Tôi sinh ra ở...
toy sing zaa oh

Where do you live?
Bạn sống ở đâu?
ban song oh dow?

Where are you from?
Bạn đến từ đâu?
ban den too dow

I'm from...
Tôi đến từ...
toy den too

I live in...
Tôi sống ở...
toy song oh

I'm...
Tôi là...
toy lah

British
người Anh
ngoy ann

Scottish
người Scotland
ngoy scotland

English
người Anh
ngoy ann

Irish
người Ailen
ngoy aye len

Welsh
người xứ Wales
ngoy soo wales

Are you married/single?
Bạn đã kết hôn/có người yêu chưa?
ban dah ket hone/cor ngoy yee-oo choo-a

I'm married.
Tôi đã kết hôn.
toy da ket hone

I have a partner.
Tôi có một bạn đời.
toy cor mot ban doy

I'm single.
Tôi độc thân.
toy dock tan

I'm divorced.
Tôi đã ly dị.
toy da lee zee

I'm widowed.
Tôi góa chồng/vợ.
toy gow-ah chong/voh

Do you have any children?
Bạn có con không?
ban cor kon kong

I have ... children.
Tôi có ... con.
toy cor ... kon

I don't have any children.
Tôi không có con.
toy kong cor kon

YOU SHOULD KNOW...

You might be asked about your age, occupation, or marital status by people who are not that close to you. Don't be offended; this is because they need to determine how to address you appropriately. However, people's views on privacy are starting to change.

This is my...
Đây là ... của tôi.
day lah ... koo–a toy

These are my...
Đây là các ... của tôi.
day lah cark ... koo–a toy

husband
chồng
chong

wife
vợ
voh

boyfriend
bạn trai
ban chai

girlfriend
bạn gái
ban guy

partner
bạn đời
ban doy–ee

fiancé/fiancée
**chồng chưa cưới/
vợ chưa cưới**
chong choo–a koo–ee/
voh choo–a koo–ee

son
con trai
kon chai

daughter
con gái
kon guy

parents
bố mẹ
bo meh

mother
mẹ
meh

father
bố
boh

brother
anh trai/em trai
ann chai/em chai

sister
chị gái/em gái
chee guy/em guy

grandfather
ông
ong

grandmother
bà
bah

granddaughter
cháu gái
chow guy

grandson
cháu trai
chow chai

mother-in-law
mẹ chồng/mẹ vợ
meh chong/meh voh

father-in-law
bố chồng/bố vợ
bo chong/bo voh

10

daughter-in-law
con dâu
kon zow

son-in-law
con rể
kon zeh

brother-in-law
anh rể/em rể
ann zeh/em zeh

sister-in-law
chị dâu/em dâu
chee zow/em zow

stepmother
mẹ kế
meh keh

stepfather
cha dượng
cha zoo-ong

stepson
con trai riêng
kon chai zien

stepdaughter
con gái riêng
kon guy zien

nephew
cháu trai
chow chai

niece
cháu gái
chow guy

(younger) cousin
em họ
em ho

(older) male cousin
anh họ
ann ho

(older) female cousin
chị họ
chee ho

extended family
đại gia đình
die zaa din

friend
bạn bè
ban beh

baby
em bé
em beh

child
đứa trẻ
doo-a chey

teenager
thiếu niên
tee-u nee-in

YOU SHOULD KNOW...

In Vietnamese, age is always indicated in the terms used to describe family relationships. For example, "older brother" is anh trai (ann chai) and "younger brother" is em trai (em chai). When talking about relatives, an aunt older than your parents is called bác (bark) and one younger than your parents is called cô (cor). The same distinction applies to your uncle: bác for an older uncle, and chú for a younger one

How are you?
Bạn có khỏe không?
ban cor kwai kong

How's it going?
Thế nào rồi?
tey now zoi

Very well, thanks, and you?
Rất khỏe, cảm ơn còn bạn?
zat kwai, kam on kon ban

Great!
Tuyệt quá!
too-weet kwa

So-so.
Tạm tạm.
tam tam

Could be worse.
Có thể tệ hơn.
cor tay teh hon

I'm fine.
Tôi ổn.
toy own

I'm tired.
Tôi mệt.
toy met

I'm hungry/thirsty.
Tôi đói/khát.
toy doy/kat

I'm full.
Tôi no.
toy noh

I'm cold.
Tôi lạnh.
toy lan

I'm warm.
Tôi nóng.
toy nong

I'm...
Tôi...
toy

happy
vui mừng
voo-ee moong

excited
hào hứng
how hoong

surprised
ngạc nhiên
nga-ak nee-en

annoyed
bực mình
book min

sad
buồn
boo-on

worried
lo lắng
lor lang

afraid
sợ
sir

bored
chán
chan

I feel...
Tôi cảm thấy...
toy cam tay

well
khoẻ
kwai

unwell
không khỏe
kong kwai

better
khỏe hơn
kwai hon

worse
tệ hơn
teh hon

Where do you work?
Bạn làm ở đâu?
ban lam oh dow

What do you do?
Bạn làm gì?
ban lam zee

What's your
occupation?
Bạn làm nghề gì?
ban lam ney zee

Do you work/study?
Bạn có đi làm/học
không?
ban cor dee lam/hock
kong

I'm self-employed.
Tôi đang làm việc
tự do.
toy dang lam vee-ek too
zor

I'm unemployed.
Tôi thất nghiệp.
toy tat ngee-ip

I'm at university.
Tôi đang học
đại học.
toy dang hock die hock

I'm retired.
Tôi đã nghỉ hưu.
toy da ngee hoo

I'm travelling.
Tôi đang đi du lịch.
toy dang dee zoo lick

I work from home.
Tôi làm việc ở nhà.
toy lam vee-ek oh nya

I work part-/full-time.
Tôi làm việc bán/
toàn thời gian.
toy lam vee-ek ban/
too-an toy zan

I'm a/an...
Tôi là...
toy lah

builder
thợ xây
tor say

chef
đầu bếp
dow bep

civil servant
công chức
kong chook

cleaner
người dọn dẹp
ngoy zon zep

dentist
nha sỹ
nyah see

doctor
bác sĩ
ba-see

driver
người lái xe
ngoy lie sair

electrician
thợ điện
tor dee-in

engineer
kỹ sư
key soo

farmer
nông dân
nong zan

firefighter
lính cứu hỏa
ling koo hwa

fisherman
ngư dân
ngoo zan

IT worker
kĩ sư công nghệ
thông tin
key soo kong nge thong
tin

joiner
thợ mộc
tor mock

journalist nhà báo nya bow	scientist nhà khoa học nya kwah hock	company công ty kong tee
lawyer luật sư loat soo	soldier lính ling	factory nhà máy nya may
mechanic thợ máy tor may	teacher giáo viên zao vi-en	government chính phủ ching foo
nurse y tá ee tar	vet bác sĩ thú y ba-see too ee	hospital bệnh viện benn vi-en
office worker nhân viên văn phòng nyan vi-en vun fong	waiter nam phục vụ nam fook voo	hotel khách sạn kack san
plumber thợ sửa nước tor soo-a noo-ok	waitress nữ phục vụ noo fook voo	office văn phòng vun fong
police officer cảnh sát cang sat	I work at/in... Tôi làm việc ở/ trong... toy lam vee-ek oh/ chong	restaurant nhà hàng nya hang
sailor thủy thủ too-ee too	business kinh doanh king zoo-an	school trường học choong hock
salesperson nhân viên bán hàng nyan vi-en ban hang		shop cửa hàng coo-a hang

morning
buổi sáng
boo-ee sang

afternoon
buổi chiều
boo-ee chee-oo

evening
buổi tối
boo-ee toy

night
đêm
dem

midday
giữa trưa
zoo-a choo-a

midnight
nửa đêm
noo-ah dem

What time is it?
Mấy giờ rồi?
may zer zoy

It's nine o'clock.
Bây giờ là chín giờ.
bay zer lah chin zer

It's quarter past nine.
Bây giờ là chín giờ mười lăm phút.
bay zer lah chin zer moy-ee lam foot

It's half past nine.
Bây giờ là chín giờ rưỡi.
bay zer lah chin zor zoo-ee

It's quarter to ten.
Bây giờ là mười giờ kém mười lăm phút.
bay zer lah moy-ee zer kem moy-ee lam foot

It's 10 a.m.
Bây giờ là mười giờ sáng.
bay zer lah moy-ee zer sang

It's 5 p.m.
Bây giờ là năm giờ chiều.
bay zer lah nam zer chee-oo

It's 17:30.
Bây giờ là mười bảy giờ ba mươi phút.
bay zer lah moy-ee bay zer ba moy-ee foot

When...?
Khi nào...?
key now

... in 60 seconds.
... trong sáu mươi giây.
chong sau moy-ee zay

... in two minutes.
... trong hai phút
chong high foot

... in an hour.
... trong một tiếng.
chong mot tee-ing

... in quarter of an hour.
... trong mười lăm phút.
chong moy-ee lam foot

... in half an hour.
... trong nửa giờ.
chong noo-ah zer

early
sớm
som

late
muộn
moon

soon
sớm
som

later
một lát nữa
mot lat noo-a

now
bây giờ
bay zer

Monday	Wednesday	Friday	Sunday
thứ hai	thứ tư	thứ sáu	chủ nhật
too high	too too	too sow	choo ny-at

Tuesday	Thursday	Saturday	
thứ ba	thứ năm	thứ bảy	
too ba	too nam	too bay	

January	April	July	October
tháng một	tháng tư	tháng bảy	tháng mười
tang mot	tang too	tang bay	tang moy-ee

February	May	August	November
tháng hai	tháng năm	tháng tám	tháng mười một
tang high	tang nam	tang tam	tang moy-ee mot

March	June	September	December
tháng ba	tháng sáu	tháng chín	tháng mười hai
tang ba	tang sow	tang chin	tang moy-ee high

day	month	weekly
ngày	tháng	hàng tuần
ngie	tang	hang too-an

weekend	year	fortnightly
cuối tuần	năm	hai tuần một lần
koo-ee too-an	nam	high too-an mot lan

week	decade	monthly
tuần	thập kỷ	hàng tháng
too-an	tap key	hang tang

fortnight	daily	yearly
nửa tháng	hàng ngày	hàng năm
noo-a tang	hang ngie	hang nam

today
hôm nay
home nay

tonight
tối nay
toy nay

tomorrow
ngày mai
ngie my

yesterday
hôm qua
home kwa

the day after tomorrow
ngày kia
ngie kee-a

the day before
yesterday
hôm kia
home kee-a

on Mondays
vào các ngày thứ
hai
vow kak ngie too high

every Sunday
mỗi chủ nhật
moy-ee choo ny-at

last Thursday
thứ năm tuần trước
too nam too-an choo-oc

next Friday
thứ sáu tuần sau
too sow too-an sow

the week before
tuần trước
too-an choo-oc

the week after
tuần sau
too-an sow

in February
trong tháng hai
chong tang high

in 2020
năm 2020
nam high ngeen kong
cham high moy-ee

in the '80s
trong những năm
80
chong noo-ung nam tam
moy-ee

What day is it?
Hôm nay là thứ
mấy?
home nay lah too may

What is today's date?
Hôm nay là ngày
bao nhiêu?
home nay lah ngie bow
new

spring
mùa xuân
moo-a swan

summer
mùa hè
moo-a heh

autumn
mùa thu
moo-a too

winter
mùa đông
moo-a dong

in spring
vào mùa xuân
vow moo-a swan

in winter
vào mùa đông
vow moo-a dong

How's the weather?
Thời tiết thế nào?
toy tee-it tey now

What's the forecast for today/tomorrow?
Dự báo thời tiết hôm nay/ ngày mai thế nào?
zoo bow toy tee-it hom nay/ngie my tey now

Is it going to rain?
Trời sắp mưa phải không?
choy sup moo-a fie kong

What a lovely day!
Thật là một ngày đẹp trời!
tat lah mot ngie dep choy

What awful weather!
Thời tiết rất tệ!
toy tee-it zat teh

It's sunny/cloudy.
Trời nắng/nhiều mây.
choy nang/new may

It's misty.
Trời mù sương.
choy moo soo-ong

It's foggy/stormy.
Trời có sương mù/ bão.
choy cor soo-ong moo/bow

It's freezing.
Trời có băng giá.
choy cor bang zar

It's raining/snowing.
Trời có mưa/tuyết.
choy cor moo-a/tweet

It's windy.
Trời có gió.
choy cor zor

It is...
Trời...
choy

nice
đẹp
dep

horrible
kinh khủng
king koong

hot
nóng
nong

warm
ấm áp
um ap

cool
mát mẻ
mat meh

wet
ướt
uot

humid
ẩm
am

mild
nhẹ
nye

hail
mưa đá
moo-a dar

ice
băng
bang

gale
cơn lốc
kon lock

thunder
sấm
sum

lightning
sét
set

TRANSPORT | GIAO THÔNG

Travelling in Vietnam has become easier and faster, with transport improving rapidly in terms of both quantity and quality. Vietnam has excellent domestic and international flight connections from its three international airports and more than 30 local airports. Most travellers enter Vietnam by plane, but there are also train, boat, and road connections from neighbouring countries. However, increasing car ownership can mean traffic problems in big cities.

helicopter
máy bay trực thăng
may bay chuk thang

rotor
trục quay
chook kway

blade
cánh quạt
cang quat

cockpit
buồng lái
boo-ong lie

nose
mũi
moo-ee

tail
đuôi
doo-ee

YOU MIGHT SAY...

Excuse me...
xin lỗi...
sin loy

Where is...?
... ở đâu?
oh dow

What's the quickest way to...?
Cách nhanh nhất để đến ... là gì?
kack nyan nyut deh den ... lah zee

Is it far from here?
Nó có xa đây không?
noh cor sar day kong

I'm lost.
Tôi bị lạc.
toy bee lac

Can I walk there?
Tôi có thể đi bộ đến đó không?
toy cor tay dee boh den doh kong

Is there a bus/train to...?
Có xe buýt/ tàu nào đến ... không?
cor sair beet/tow now den ... kong

A single/return ticket, please.
Làm ơn cho tôi một vé một chiều/khứ hồi.
lam on cho toy mot veh mot chee-u/koo hoy

YOU MIGHT HEAR...

It's over there.
Nó ở đằng kia.
noh oh dang kee-a

It's in the other direction.
Nó ở hướng khác.
noh oh hoong kack

It's ... minutes away.
Nó chỉ cách đây ... phút.
noh chee kack day ... foot

Go straight ahead.
Đi thẳng.
dee tang

Turn left/right.
Rẽ trái/phải.
zair chai/fie

It's next to/near to...
Nó bên cạnh/gần...
noh ben kan/gan

It's opposite...
Nó đối diện với...
noh doy zien voy

Follow the signs for...
Đi theo các biển chỉ đường đến...
dee teo kak bee-in chee doo-ong den

street
phố
foh

commuter
người dùng giao
thông công cộng
ngoy zoong zow tong
kong kong

driver
người lái xe
ngoy lie sair

passenger
hành khách
han kack

pedestrian
người đi bộ
ngoy dee boh

traffic
giao thông
zow thong

traffic jam
tắc đường
tuk doo-ong

rush hour
giờ cao điểm
zer cao deem

public transport
giao thông công
cộng
zao thong kong kong

taxi
xe tắc xi
sair tac see

taxi rank
chỗ đỗ taxi
chor do taxi

directions
hướng
hoong

route
tuyến đường
too-in doo-ong

to walk
đi bộ
dee boh

to drive
lái xe
lie sair

to turn
rẽ
zair

to commute
đi bằng giao thông
công cộng
dee bang zow tong kong
kong

to take a taxi
bắt taxi
but taxi

YOU SHOULD KNOW...

Crossing the road in Vietnam can sometimes be tricky. If you're unsure, just wait and follow local people or ask them for help.

map
bàn đồ
ban doh

road sign
biển báo giao thông
bee-in bow zao thong

timetable
thời gian biểu
toy zan bee-oo

Traffic drives on the right-hand side in Vietnam. Just as in the UK, drivers must have their driving licence, insurance, registration documents, and ID to hand when driving. However, a driver is not insured for a particular car; as long as you have a valid licence, you can drive any car.

YOU MIGHT SAY...

Is this the road to...?
Đây có phải là con đường đến … không?
day cor fie lah kon doo-ong den … kong

Can I park here?
Tôi đỗ ở đây được không?
toy do oh day doo-ok kong

Do I have to pay to park?
Tôi có phải trả tiền để đỗ xe không?
toy cor fie cha tee-in deh do sair kong

Where can I hire a car?
Tôi có thể thuê xe ở đâu?
toy cor tay twe sair oh dow

I'd like to hire a car...
Tôi muốn thuê một xe ô tô...
toy moon twe mot sair oh toh

... for four days.
… trong bốn ngày
chong bone ngie

... for a week.
… trong một tuần
chong mot too-an

What is your daily/weekly rate?
Giá vé ngày/tuần là bao nhiêu?
zar veh ngie/too-an lah bow new

When/Where must I return it?
Tôi phải trả lại nó khi nào/ở đâu?
toy fie cha lie noh key now/oh dow

Where is the nearest petrol station?
Trạm xăng gần nhất ở đâu?
cham sung gan nyut oh dow

I'd like ... dong of fuel, please.
Tôi muốn mua … đồng xăng.
toy moon moo-a … dong sung

I'd like ... litres of fuel, please.
Tôi muốn mua … lít xăng.
toy moon moo-a … lit sung

It's pump number...
Đó là bơm số...
doh lah bom so

You can/can't park here.
Bạn có/không thể đỗ xe ở đây.
ban cor/kong tay do sair oh day

Please return it to...
Vui lòng trả lại cho...
voo-ee long cha lie chor

It's free to park here.
Ở đây đỗ xe miễn phí.
oh day do sair mee-in fee

Please return the car with a full tank of fuel.
Vui lòng trả lại xe với bình xăng đầy.
voo-ee long cha lie sair voy bing sung day

It costs ... to park here.
Đỗ xe ở đây giá...
do sair oh day zar

Which pump are you at?
Bạn ở bơm số mấy?
ban oh bom so may

Car hire is ... per day.
Giá thuê xe theo ngày là...
zar twe sair teo ngie lah

How much fuel would you like?
Bạn muốn mua bao nhiêu xăng?
ban moon moo-a bow new sung

May I see your documents, please?
Tôi có thể xem giấy tờ của bạn được không?
toy cor tay sam zay tow koo-a ban doo-ok kong

VOCABULARY

people carrier	driver's seat	engine
xe chở khách	ghế tài xế	động cơ
sair cher kack	gay tie sair	dong ker
caravan	back seat	automatic
xe caravan	ghế sau	tự động
sair caravan	gay sow	too dong
motorhome	child seat	electric
nhà lưu động	ghế trẻ em	điện
nya loo dong	gay chey em	dee-in
passenger seat	sunroof	hybrid
ghế hành khách	cửa sổ trời	lai
gay han kack	coo-a soh choy	lie

battery	fuel tank	to park
ắc quy	bình xăng	đỗ xe
ark kwi	bing sung	do sair
brake	gearbox	to reverse
phanh	hộp số	đi lùi
fang	hop so	dee loo-ee
accelerator	Breathalyser®	to slow down
chân ga	máy đo nồng độ cồn	chậm lại
chan ga	may doh nong doh kon	cham lie
air conditioning	transmission	to speed
điều hòa không khí	hộp chuyển số	phóng nhanh
dee-u hwa kong khee	hop chewin so	fong nyan
clutch	to brake	to start the engine
chân côn	phanh	khởi động máy
chan kone	fang	koi dong may
exhaust (pipe)	to overtake	to stop
ống xả	vượt	dừng lại
ong sar	voo-at	zoong lie

YOU SHOULD KNOW...

You will need to have either an International Driving Permit (IDP) or a Vietnamese driving licence before you are legally allowed to drive in Vietnam.

INTERIOR

dashboard	fuel gauge	gearstick
bảng điều khiển	đồng hồ nhiên liệu	cần số
bang dee-u kwin	dong hoh nee-en lee-oo	kan soh

24

glove compartment
ngăn đựng găng tay
ngan doong gang tay

handbrake
phanh tay
fang tay

headrest
cái tựa đầu
kai too-a dow

ignition
nút khởi động
noot koi dong

rearview mirror
gương chiếu hậu
goong chee-oo how

sat nav
máy chỉ đường
may chee doo-ong

seatbelt
dây an toàn
zay an too-an

speedometer
đồng hồ tốc độ
dong hoh tock doh

steering wheel
vô lăng
voh lang

boot
thùng xe
toong sair

roof
trần
chan

door
cửa
coo-a

window
cửa sổ
coo-a soh

wing
thanh cản va
tang can var

wheel
bánh xe
bang sair

tyre
lốp xe
lop sair

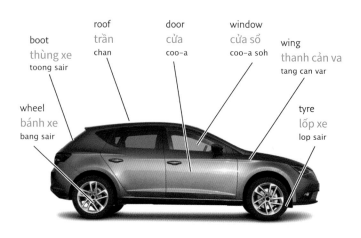

windscreen
kính chắn gió
kin chun zor

windscreen wiper
cái gạt nước
kie gat noo-ok

wing mirror
gương chiếu hậu ngoài
goong chee-oo how ngoy

bonnet
nắp thùng xe
nap toong sair

headlight
đèn pha
den far

bumper
cản trước
kan choo-oc

indicator
đèn xi nhan
den see nyan

number plate
biển số
bee-in so

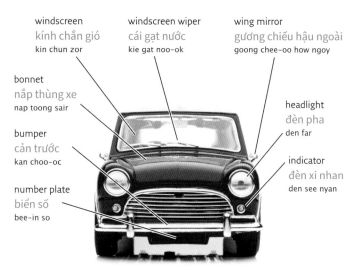

If you want to apply for a Vietnamese driving licence, you need to contact the local office of the Department of Public Works and Transportation.

VOCABULARY

tarmac®
đường nhựa
doo-ong noo-a

speed limit
tốc độ giới hạn
tock doh zoy han

car hire/rental
cho thuê xe
chor twe sair

corner
góc
gok

diversion
chuyển hướng
chewin hoong

unleaded petrol
xăng không chì
sung kong chee

exit
lối ra
loy zaa

driving licence
giấy phép lái xe
zay fep lie sair

diesel
dầu diesel
zow diesel

slip road
đường rẽ ra
doo-ong zair zaa

car registration document
giấy tờ đăng ký xe
zay tow dang key sair

roadworks
công trường
kong choong

layby
chỗ tạm dừng xe
chor tam zoong sair

car insurance
bảo hiểm ô tô
bow hee-im oh toh

parking meter
máy bán vé đỗ xe
may ban veh do sair

YOU SHOULD KNOW…

Speed limits on Vietnamese roads go by kmph, not mph. The speed limits for different types of roads are:
Motorways – 120 kmph
Single carriageways – 80 kmph
Urban roads – 60 kmph

bridge
cầu
cow

car park
bãi đỗ xe
by do sair

car wash
rửa xe
zoo-a sair

fuel pump
cây xăng
kay sung

junction
giao lộ
zao loh

kerb
lề đường
leh doo-ong

lane
làn đường
lahn doo-ong

motorway
đường cao tốc
doo-ong cow tock

parking space
chỗ đỗ xe
chor doh sair

pavement
vỉa hè
vee-a heh

petrol station
trạm xăng
cham sung

pothole
ổ gà
oh gar

road
đường
doo-ong

speed camera
máy bắn tốc độ
may bun tock doh

ticket machine
máy bán vé
may ban veh

toll point
điểm thu phí
deem too fee

traffic cone
cọc tiêu giao thông
kok tee-u zao thong

traffic lights
đèn giao thông
den zao thong

traffic warden
giám sát giao thông
zam sat zao thong

tunnel
đường hầm
doo-ong ham

zebra crossing
đường cho người đi bộ
doo-ong chor ngoy dee boh

If you break down on the motorway, call either the police or the breakdown service (your car hire company will be able to give you details). Otherwise, call 113 to contact the emergency services.

YOU MIGHT SAY...

Can you help me?
Bạn có thể giúp tôi được không?
ban cor tay zee-oop toy doo-ok kong

Can you send a breakdown van?
Bạn có thể điều một xe cứu hộ đến đây không?
ban cor tay dee-u mot sair koo hoh den day kong

I've broken down.
Tôi bị hỏng xe.
toy bee hong sair

Is there a garage/petrol station nearby?
Có trạm xăng/gara ô tô nào gần đây không?
cor cham sung/gara oh toh now gan day kong

I've had an accident.
Tôi bị tai nạn.
toy bee tie nan

I've run out of petrol.
Tôi bị hết xăng.
toy bee het sung

Can you tow me to a garage?
Bạn có thể kéo xe tôi đến một gara được không?
ban co tay kee-o sair toy den mot gar rah doo-ok kong

I've got a flat tyre.
Tôi bị xịt lốp xe.
toy bee sit lop sair

Can you help me change this wheel?
Bạn giúp tôi thay bánh xe này được không?
ban zee-oop toy tay bun sair nay doo-ok kong

I've lost my car keys.
Tôi bị mất chìa khóa xe.
toy bee mat chee-a kwah sair

The car won't start.
Xe không khởi động.
sair kong koi dong

How much will a repair cost?
Chi phí sửa chữa là bao nhiêu?
chee fee soo-a choo-a lah bow new

I've been injured.
Tôi bị thương.
toy bee too-ong

When will the car be fixed?
Khi nào xe sẽ được sửa xong?
key now sair sair doo-ok soo-a song

Do you need any help?
Bạn có cần giúp đỡ không?
ban cor kan zee-oop doh kong

Are you hurt?
Bạn có bị thương không?
ban cor bee too-ong kong

What's wrong with your car?
Xe bạn bị làm sao?
sair ban bee lam sow

Where have you broken down?
Bạn bị hỏng xe ở đâu?
ban bee hong sair oh dow

I can give you a jumpstart.
Tôi có thể giúp bạn khởi động xe.
toy cor tay zee-oop ban koi dong sair

The repairs will cost...
Phí sửa chữa là...
tee soo-a choo-a lah

We need to order new parts.
Chúng ta cần phải đặt hàng các bộ phận mới.
choong ta kan fie dat hang kak boh fan moy

The car will be ready by...
Xe sẽ sẵn sàng lúc...
sair sair san sang look

I need your insurance details.
Tôi cần chi tiết về bảo hiểm của bạn.
toy kan chee tee-it veh bow hee-im koo-a ban

Do you have your driving licence?
Bạn có bằng lái xe không?
ban cor bang lie sair kong

VOCABULARY

accident	flat tyre	to break down
tai nạn	xịt lốp	bị hỏng xe
tie nan	sit lop	bee hong sair
breakdown	mechanic	to have an accident
hỏng xe	thợ máy	bị tai nạn
hong sair	tor may	bee tie nan
collision	garage	to have a flat tyre
va chạm	gara ô tô	bị xịt lốp xe
va cham	gar rah oh toh	bee sit lop sair

to change a tyre	to tow	to repair
thay lốp	kéo	sửa chữa
tay lop	kee-o	soo-a choo-a

YOU SHOULD KNOW...

In Vietnam, speed cameras are usually only found on inter-city motorways and main roads.

airbag
túi khí
too-ee khee

antifreeze
chất chống băng
chat chong bang

garage
gara ô tô
gar rah oh toh

jack
cái kích
kai kick

jump leads
dây sạc điện
zay sack dee-in

snow chains
xích bánh xe
sick bun sair

spare wheel
bánh xe dự phòng
bun sair zoo fong

tow truck
xe kéo
sair kee-o

warning triangle
biển cảnh báo
bee-in kan bow

Local buses are rarely used by visitors to Vietnam. Tourists and travellers tend to take taxis or use ride-sharing platforms like Uber or Grab. However, there are now sightseeing buses in big cities which are proving popular with tourists.

YOU MIGHT SAY...

Is there a bus to...?
Có xe buýt nào đến ... không?
cor sair beet now den ... kong

When is the next bus to...?
Khi nào có chuyến xe buýt tiếp theo đến...?
key now cor chwin sair beet tee-ip teo den

Which bus goes to the city centre?
Xe buýt nào đi đến trung tâm thành phố?
sair beet now dee den choong tam tan foh

Where is the bus stop?
Bến xe buýt ở đâu?
ben sair beet oh dow

Which stand does the coach leave from?
Xe khách xuất phát ở điểm nào?
sair kack soo-at fat oh deem now

How frequent are buses to...?
Bao nhiêu phút có một chuyến xe buýt đến...?
bow new foot coh mot choo-in sair beet den

Where can I buy tickets?
Tôi có thể mua vé ở đâu?
toy cor tay mua veh oh dow

How much is it to go to...?
Đi đến ... giá bao nhiêu tiền?
dee den ... zar bow new tee-in

A full/half fare, please.
Làm ơn cho một vé/nửa giá vé.
lam on chor mot veh/noo-ah zar veh

Could you tell me when to get off?
Bạn có thể cho tôi biết khi nào phải xuống không?
ban cor tay chor toy bee-it key now fie soong kong

I want to get off at the next stop, please.
Tôi muốn xuống ở bến sau.
toy moon soong oh ben sow

YOU SHOULD KNOW...

In most Vietnamese cities, people are required to get on the bus at the front door and get off at the back door.

The number 17 goes to...
Xe số 17 đi đến...
sair so moy-ee bay dee den

The bus stop is down the road.
Bến xe buýt ở cuối đường này.
ben sair beet oh koo-ee doo-ong nay

It leaves from stand 21.
Nó xuất phát ở nhà chờ 21.
noh soo-at fat oh nya choh high
moy-ee mot

You can/can't buy tickets on the bus.
Bạn có/không thể mua vé trên xe buýt.
Ban cor/kong tay mua veh chen sair beet

You buy tickets at the machine/office.
Bạn mua vé tại máy/phòng vé.
ban mua veh tie may/fong veh

VOCABULARY

bus route
tuyến xe buýt
too-in sair beet

bus lane
làn đường xe buýt
lahn doo-ong sair beet

bus pass
vé xe buýt
veh sair beet

bus station
bến xe buýt
ben sair beet

bus stop
điểm dừng xe buýt
deem zoong sair beet

fare
giá vé
zar veh

full/half fare
một vé/nửa giá vé
mot veh/noo-a zar veh

concession
giảm giá
zam zar

shuttle bus
xe buýt đưa đón
sair beet doo-a don

school bus
xe buýt của trường
sair beet koo-a choong

airport bus
xe buýt sân bay
sair beet san bay

to catch the bus
bắt xe buýt
but sair beet

bus
xe buýt
sair beet

coach
xe khách
sair kack

minibus
xe buýt nhỏ
sair beet nee-oh

Motorbikes are a common means of transport in Vietnam. You can hire one from a variety of places, from cafés to hotels and travel agencies. It is illegal to ride a motorbike without a helmet, and even if you are a passenger you are required to wear one.

VOCABULARY

motorcyclist
người đi xe máy
ngoy dee sair may

moped
xe gắn máy
sair gun may

scooter
xe tay ga
sair tay gar

fuel tank
bình xăng
bing sung

handlebars
tay lái
tay lie

headlight
đèn pha
den far

mudguard
chắn bùn
chun boon

kickstand
chân chống
chan chong

exhaust pipe
ống xả
ong sar

boots
ủng
oong

crash helmet
mũ bảo hiểm
moo bow hee-im

helmet cam
máy quay gắn trên
mũ bảo hiểm
may kway gun chen moo
bow hee-im

leather gloves
găng tay da
gang tay zaa

leather jacket
áo khoác da
ow kwack zaa

motorbike
xe máy
sair may

Cycling tours are becoming more popular in Vietnam. There are many scenic routes to choose from, ranging from easy to challenging and lasting anything from one day to several weeks. Most roads are flat or only slightly hilly and are in good condition.

YOU MIGHT SAY...

Where can I hire a bicycle?
Tôi có thể thuê một chiếc xe đạp ở đâu?
toy cor tay twe mot cheek sair dap oh dow

How much is it to hire?
Giá thuê là bao nhiêu?
zar twe lah bow new

My bike has a puncture.
Xe đạp của tôi bị thủng lốp.
sair dap koo-a toy bee thoong lop

YOU MIGHT HEAR...

Bike hire is ... per day/week.
Giá thuê xe đạp là ... một ngày/ tuần.
zar twe sair dap lah ... mot ngie/ too-an

You must wear a helmet.
Bạn phải đội mũ bảo hiểm.
ban fie doy moo bow hee-im

There's a cycle path from ... to...
Có một con đường cho xe đạp từ ... đến...
cor mot kon doo-ong chor sair dap too ... den...

VOCABULARY

cyclist	bike stand	to get a puncture
người đi xe đạp	giá dựng xe đạp	bị thủng lốp
ngoy dee sair dap	zar zoong sair dap	bee thoong lop
mountain bike	child seat	to cycle
xe đạp leo núi	ghế trẻ em	đạp xe
sair dap leo noo-ee	gay chey em	dap sair
road bike	cycle lane/path	to go for a bike ride
đường cho xe đạp	làn đường cho xe đạp	đi xe đạp
doo-ong chor sair dap	lahn doo-ong chor sair dap	dee sair dap

YOU SHOULD KNOW...

Bikes can easily be bought or rented at a variety of places but if you're a serious cyclist, it's better to bring your own.

ACCESSORIES

bell
chuông
chong

bike lock
khóa xe đạp
kwa sair dap

front light
đèn trước
den choo-oc

helmet
mũ bảo hiểm
moo bow hee-im

pump
cái bơm
kai bom

reflector
phản sáng
fan sang

BICYCLE

handlebars
tay lái
tay lie

gears
số
soh

crossbar
gióng
zong

saddle
yên xe
yan sair

frame
khung
kung

brake
phanh
fang

wheel
bánh xe
bun sair

chain
xích
sick

tyre
lốp xe
lop sair

pedal
bàn đạp
ban dap

The Vietnamese rail network is not improving as quickly as other means of transport. However, if you would like to take your time enjoying the scenery, there are a number of air-conditioned sleeper trains that are worth taking.

YOU MIGHT SAY...

Is there a train to...?
Có chuyến tàu đến ... không?
cor chwin tow den ... kong

When is the next train to...?
Khi nào có chuyến tàu tiếp theo đến...?
key now cor chwin tow tee-ip teo den

Where is the nearest metro station?
Ga tàu điện ngầm gần nhất ở đâu?
ga tow dee-in ngam gan nyut oh dow

Which platform does it leave from?
Chuyến tàu này khởi hành từ sân ga nào?
chwin tow nay koi han too san ga now

Which line do I take for...?
Tôi phải đi tuyến nào...?
toy fie dee too-in now

A ticket to..., please.
Làm ơn cho một vé đi...
lam on chor mot veh dee

I'd like to reserve a seat/couchette.
Xin vui lòng cho tôi đặt một ghế ngồi/giường nằm.
sin voo-ee long chor toy dat mot gay ngoy/zee-u-ong nam

Do I have to change?
Tôi có phải đổi tàu không?
toy cor fie doy tow kong

Where do I change for...?
Tôi phải đổi tàu ở đâu để đi đến...?
toy fie doy tow oh dow der dee den

Where is platform 4?
Sân ga số 4 ở đâu?
san ga so bone oh dow

Is this the right platform for...?
Đây có phải là sân ga cho ... không?
day cor fie lah san ga chor ... kong

Is this the train for...?
Đây có phải là tàu đi ... không?
day cor fie lah tow dee ... kong

Is this seat free?
Ghế này có ai ngồi chưa?
gay nay cor ai ngoy choo-a

Where is the restaurant car?
Toa xe có nhà hàng ở đâu?
tow-a sair cor nya hang oh dow

I've missed my train!
Tôi bị lỡ chuyến tàu của tôi!
toy bee loh chwin tow koo-a toy

The next train leaves at...
Chuyến tàu tiếp theo khởi hành lúc...
chwin tow tee-ip teo koi han look

Would you like a single or return ticket?
Bạn muốn một vé một chiều hay vé khứ hồi?
ban moon mot veh mot choo-ee hay veh koo hoy

Would you like a first-class or a second-class ticket?
Bạn muốn một vé hạng nhất hay hạng hai?
ban moon mot veh hang nyut hay hang high

I'm sorry, this journey is fully booked.
Tôi xin lỗi, chuyến này đã hết vé.
toy sin loy, choo-in nay dar het veh.

You must change at...
Bạn phải đổi ở...
ban fie doy oh

Platform 4 is down there.
Sân ga số 4 ở dưới đó.
san ga so bone uh zoo-oi doh

This is the right train/platform.
Đây đúng là tàu/sân ga đó.
day doong lah tau/san ga doh

You have to go to platform 2.
Bạn phải đi đến sân ga số 2.
ban fie dee den san ga so high

This seat is free/taken.
Ghế này trống/có người ngồi rồi.
gay nay chong/cor ngoy-ee ngoy zoy

The restaurant car is in coach D.
Toa xe có nhà hàng là toa D.
toa sair cor nya hang lah tow-a der

The next stop is...
Điểm dừng tiếp theo là...
deem zoong tee-ip teo lah

Change here for...
Đổi tàu ở đây để đi...
doy tow oh day deh dee

VOCABULARY

rail network
mạng lưới đường sắt
mang loo-ee doo-ong sut

high-speed train
tàu cao tốc
tow cow tock

passenger train
tàu chở khách
tow choh kack

freight train
tàu chở hàng
tow choh hang

sleeper
giường nằm
zee-u-ong num

soft/hard sleeper
giường mềm/cứng
zee-u-ong mem/koong

39

coach	line	single ticket
xe khách	tuyến đường	vé một chiều
sair kack	too-in doo-ong	veh mot chee-oo

porter	metro station	first-class
người khuân vác	ga tàu điện ngầm	hạng nhất
ngoy kwoo-an vack	gar tow dee-in ngam	hang nyut

guard	left luggage	to change trains
bảo vệ	hành lý ký gửi	đổi tàu
bow veh	han lee key goo-ee	doy tow

Trains between Hanoi and Ho Chi Minh city take much longer than flying – often as long as 32–35 hours. You can fly between the two cities in as little as 2 hours and 15 minutes. There is often little difference in price between flying and taking the train.

carriage
toa xe
tow-a sair

couchette
tàu giường nằm
tow zee-u-ong nam

departure board
bảng giờ khởi hành
bang zer koi han

light railway
tàu điện
tow dee-in

locomotive
đầu máy
dow may

luggage rack
giá để hành lý
zar deh han lee

metro
tàu điện ngầm
tow dee-in ngam

platform
sân ga
san ga

restaurant car
toa xe nhà hàng
toa sair nya hang

signal box
phòng điều khiển
tow dee-u kwin

ticket
vé
veh

ticket barrier
cửa soát vé
coo-a soo-at veh

ticket machine
máy bán vé
may ban veh

ticket office
nơi bán vé
noy ban veh

track
đường ray
doo-ong zay

train
tàu hoả
tow hwa

train station
ga tàu
gar tow

tram
xe điện
sair dee-in

The fastest way to travel from city to city in Vietnam is by air. There are more and more airlines opening up in Vietnam, making the fares more affordable for visitors.

YOU MIGHT SAY...

I'm looking for check-in/my gate.

Tôi đang tìm quầy làm thủ tục/ cửa lên máy bay.

toy dang tim kway lam too took/ coo-a len may bay

I would like a window/an aisle seat, please.

Làm ơn cho tôi một chỗ gần cửa sổ/ lối đi.

lam on chor toy mot chor gan coo-a soh/loy dee

I'm checking in one case.

Tôi ký gửi một kiện.

toy key goo-ee mot kee-in

I've lost my luggage.

Tôi bị mất hành lý.

toy bee mat hang lee

Which gate does the plane leave from?

Cửa số mấy lên máy bay?

coo-a so may len may bay

My flight has been delayed.

Chuyến bay của tôi bị hoãn.

chwin bay koo-a toy bee hoo-an

When does the gate open/close?

Khi nào cửa lên máy bay mở/ đóng?

key now coo-a len may bay mer/dong

I've missed my connecting flight.

Tôi bị lỡ chuyến bay nối chuyển.

toy bee loh chwin bay noy chwin

Is the flight on time?

Chuyến bay có đúng giờ không?

chwin bay cor doong zer kong

Is there a shuttle bus service?

Có dịch vụ xe buýt đưa đón không?

cor zich voo sair beet doo-a don kong

YOU MIGHT HEAR...

Check-in has opened for flight...

Quầy làm thủ tục đã mở cho chuyến bay...

kway lam too took da moh chor chwin bay

May I see your ticket/passport, please?

Tôi có thể xem vé/ hộ chiếu của bạn được không?

toy cor tay sam veh/ hoh chee-oo koo-a ban doo-ok kong

How many bags are you checking in?
Bạn ký gửi hạn nhiệu kiên?
ban key goo-ee bow new kee-in

Is this your bag?
Đây có phải túi của bạn không?
day cor fie too-ee koo-a ban kong

Your luggage exceeds the maximum weight.
Hành lý của bạn đã vượt quá trọng lượng tối đa.
han lee koo-a ban dah voo-at kwa chong loo-ong toy dar

Flight ... is now ready for boarding.
Chuyến bay ... chuẩn bị cất cánh.
chwin bay ... choo-an bee kat cang

Please go to gate number...
Vui lòng đến cổng số...
voo-ee long den kong so

Last call for passenger...
Thông báo cuối cùng cho hành khách...
thong bow koo-ee koong chor han kack

Your flight is on time/delayed/cancelled.
Chuyến bay của bạn đúng giờ/bị hoãn/bị hủy.
chwin bay koo-a ban doong zer/bee hoo-an/bee hoo-ee

VOCABULARY

airline	passport control	economy class
hãng hàng không	kiểm tra hộ chiếu	hạng phổ thông
hang hang kong	kee-im cha hoh chee-oo	hang foh thong
flight	customs	aisle
chuyến bay	hải quan	lối đi
chwin bay	high kwan	loy dee
Arrivals/Departures	cabin crew	seatbelt
cửa đến/khởi hành	phi hành đoàn	dây an toàn
coo-a den/koi han	fee han doh-an	zay an too-an
security	business class	tray table
an ninh	hạng thương gia	bàn gấp
an ning	hang too-ong zaa	ban gap

overhead locker
tủ khóa trên cao
too kwa chen cao

wing
cánh
cang

engine
động cơ
dong ker

hold
khoang hành lý
kwang han lee

hold luggage
hành lý gửi
han lee goo-ee

hand luggage
hành lý xách tay
han lee sack tay

cabin baggage
vali xách tay
var lee sack tay

excess baggage
hành lý quá cước
han lee kwa koo-ok

connecting flight
chuyến bay nối
chwin bay noy

jetlag
mệt vì bay đường
dài
met vee bay doong zai

to check in (online)
làm thủ tục lên máy
bay (trực tuyến)
lam too took len may bay
(chuk too-in)

aeroplane
máy bay
may bay

airport
sân bay
san bay

baggage reclaim
băng chuyền hành
lý
bang chewin han lee

boarding card
thẻ lên máy bay
teh len may bay

44

cabin
buồng máy bay
boo-ong may bay

check-in desk
bàn làm thủ tục
ban lam too took

cockpit
buồng lái
boo-ong lie

duty-free shop
cửa hàng miễn thuế
coo-a hang mee-in twe

holdall
túi du lịch
too-ee zoo lick

information board
bảng tin
bang tin

luggage trolley
xe đẩy hành lý
sair day han lee

passport
hộ chiếu
hoh chee-oo

pilot
phi công
fee kong

runway
đường băng
doo-ong bang

suitcase
va li
var lee

terminal
nhà ga
nya ga

Ferry and boat services are more popular in the south of Vietnam. However, many boat trips are seasonal and depend on the weather conditions.

YOU MIGHT SAY...

When is the next boat to...?
Khi nào có thuyền tiếp theo đến...?
key now cor thoo-en tee-ip teo den...

Where does the boat leave from?
Thuyền khởi hành từ đâu?
thoo-en koi han too dow

What time is the last boat to...?
Thuyền cuối cùng đến ... là lúc mấy giờ?
thoo-en koo-ee koong den ... lar look may zer

How long is the trip/crossing?
Chuyến đi/phà kéo dài bao lâu?
chwin dee/far kee-o zie bow low

How many crossings a day are there?
Có bao nhiêu chuyến một ngày?
cor bow new chwin mot ngie

How much is it for ... passengers?
Giá cho ... hành khách là bao nhiêu?
zar chor ... han kack lah bow new

How much is it for a vehicle?
Bao nhiêu tiền cho một xe?
bow new tee-in chor mot sair

I feel seasick.
Tôi bị say sóng.
toy bee say song

YOU MIGHT HEAR...

The boat leaves from...
Thuyền khởi hành từ...
thoo-en koi han too

The trip/crossing lasts...
Chuyến đi/phà kéo dài...
chwin dee/far kee-o zie

There are ... crossings a day.
Có ... chuyến một ngày.
cor ... chwin mot ngie

The ferry is delayed/cancelled.
Phà bị hoãn/hủy.
far bee hoo-an/hoo-ee

Sea conditions are good/bad.
Điều kiện biển tốt/xấu.
dee-u kee-in bee-in tot/sow

ferry
phà
far

harbour
cảng
kang

crew
thuỷ thủ đoàn
too-ee too doh-ản

ferry crossing
chuyến phà
chwin far

port
bến
ben

to board
lên tàu
len tow

ferry terminal
bến phà
ben far

coastguard
cảnh sát biển
cang sat bee-in

to sail
đi thuyền
dee thoo-en

car deck
boong chở ô tô
bong choh oh toh

captain
thuyền trưởng
thoo-en choong

to dock
neo đậu
nee-o dow

GENERAL

anchor
mỏ neo
moh nee-o

buoy
phao
fao

gangway
cầu tàu
cow tow

jetty
cầu gỗ vươn biển
cow goh voo-an bee-an

lifebuoy
phao cứu sinh
fow koo sing

lifejacket
áo phao
ow fow

lifeboat
xuồng cứu sinh
soong koo sing

porthole
cửa sổ
coo-a soh

radar
radar
rar dar

deck
boong
tàu
bong tow

stern
đuôi tàu
doo-ee
tow

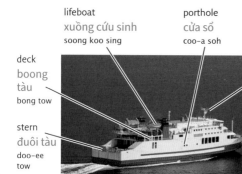

bow
đầu
tàu
dow tow

OTHER BOATS

canal boat
thuyền
thoo-en

inflatable dinghy
thuyền cao su
thoo-en cow soo

liner
tàu lớn
tow lon

sailing boat
thuyền buồm
thoo-en boom

trawler
thuyền đánh cá
thoo-en dang car

yacht
du thuyền
zoo thoo-en

48

Vietnam attracts huge numbers of tourists and expats looking for a place to call their "home" for a time, whether it's for a holiday or for a longer-term stay. This could be a central city flat or a courtyard house in a picturesque village.

block of flats
chung cư
choong koo

roof
mái nhà
mai nya

balcony
ban công
ban kong

window
cửa sổ
coo–a soh

More and more people in Vietnam are now living in urban areas. The most common type of residential building in Vietnam is an apartment block, usually within a "community (khu dân cư)" and built by the same developer.

YOU MIGHT SAY...

I live in.../I'm staying at...
Tôi sống ở/tôi đang ở...
toy song oh/toy dang oh

My address is...
Địa chỉ của tôi là...
dee-a chee koo-a toy lah

I have a flat/house.
Tôi có một căn hộ/ngôi nhà.
toy cor mot kun hoh/ngoy nya

I'm the homeowner/tenant.
Tôi là chủ nhà/người thuê nhà.
toy lah choo nya/ngoy twe nya

I don't like this area.
Tôi không thích khu vực này.
toy kong thick koo vook nay

I'd like to buy/rent a property here.
Tôi muốn mua/thuê một bất động sản ở đây.
toy moon moo-a/twe mot but dong san oh day

YOU MIGHT HEAR...

Where do you live?
Bạn sống ở đâu?
ban song oh dow

Where are you staying?
Bạn đang ở đâu?
ban dang oh dow

How long have you lived here?
Bạn ở đây bao lâu rồi?
ban oh day bow low zoy

Are you the owner/tenant?
Bạn có phải là chủ/người thuê nhà không?
ban coh fie lah choo/ngoy twe nya kong

VOCABULARY

building
toà nhà
too-a nya

address
địa chỉ
dee-a chee

suburb
ngoại ô
ngoy oh

letting agent
đại lý thuê nhà
die lee twe nya

estate agent
đại lý bất động sản
die lee but dong san

landlord
nam chủ nhà
nam choo nya

landlady	mortgage	to rent
nữ chủ nhà	tiền nhà trả góp	thuê
noo choo nya	tee-in nya cha gop	twe

tenant	rent	to own
người thuê nhà	giá thuê	sở hữu
ngoy twe nya	zar twe	soh hoo

neighbour	holiday let	to move house
hàng xóm	nhà nghỉ cuối tuần	chuyển nhà
hang som	nya ngee koo-ee too-an	chewin nya

YOU SHOULD KNOW...

It is possible to rent a room or an entire flat in a "group-renting" property in Vietnam (most often in an expensive city-centre area). You should also be aware that there are strict regulations and checks for foreigners who wish to buy properties.

TYPES OF BUILDING

bungalow
nhà một tầng
nya mot tang

courtyard house
nhà có sân
nya cor san

detached house
nhà song lập
nya song lap

high-rise block
chung cư cao tầng
choong koo cao tang

studio flat
căn hộ một phòng
kun hoh mot fong

villa
biệt thự
bee-it too

51

As well as apartment blocks, you will find detached houses and villas in Vietnam; either in big cities owned by the very wealthy, or in the affluent countryside where farmers build their own properties.

YOU MIGHT SAY...

There's a problem with...
Có một vấn đề với...
cor mot van deh voy

We have a power cut.
Chúng tôi bị cắt điện.
choong toy bee cut dee-in

It's not working.
Nó không hoạt động.
noh kong hwat dong

I need a plumber/an electrician.
Tôi cần thợ nước/thợ điện.
toy kan tor noo-ok/tor dee-in

The drains are blocked.
Cống bị tắc.
kong bee tac

Can you recommend anyone?
Bạn có thể giới thiệu ai không?
ban cor tay zoy tee-oo eye kong

The boiler has broken.
Bình nước nóng bị hỏng.
bing noo-ok nong bee hong

Can it be repaired?
Nó có thể sửa được không?
noh cor tay soo-a doo-ok kong

There's no hot water.
Không có nước nóng.
kong cor noo-ok nong

I can smell gas/smoke.
Tôi ngửi thấy mùi ga/khói.
toy ngoo-ee tay moo-ee gar/koh-ee

YOU MIGHT HEAR...

How long has it been broken/leaking?
Nó đã bị hỏng/rò rỉ bao lâu rồi?
noh da bee hong/zor zee bow low zoi

Where is the electricity meter/water meter/fusebox?
Đồng hồ điện/đồng hồ nước/cầu chì ở đâu?
dong hoh dee-in/dong hoh noo-ok/cow chee oh dow

Here's a number for a plumber/an electrician.
Đây là số của thợ nước/thợ điện.
day lah so koo-a tor noo-ok/tor dee-in

room phòng fong	adaptor bộ chuyển đổi boh chewln duy	satellite dish chảo vệ tinh chow veh ting
ceiling trần chan	socket ổ cắm oh cum	back door cửa sau coo-a sow
wall tường too-ong	extension cable dây nối dài zay noy zie	skylight cửa sổ trần coo-a soh chan
floor tầng tang	electricity điện dee-in	light bulb bóng đèn bong den
battery pin pin	air conditioning điều hòa không khí dee-u hwa kong khee	to fix sửa chữa soo-a choo-a
plug phích cắm fick cum	central heating máy sưởi trung tâm may soo-ee choong tam	to decorate trang trí chang chee

INSIDE

boiler
bình nước nóng
bing noo-ok nong

ceiling fan
quạt trần
quat chan

fusebox
hộp cầu chì
hop cow chee

heater
máy sưởi
may soo-ee

meter
công tơ
kong tor

radiator
lò sưởi
loh soo-ee

security alarm
chuông báo động
chong bow dong

smoke alarm
chuông báo khói
chong bow koh-ee

thermostat
bảng điều chỉnh
nhiệt độ
bang dee-u ching ny-eet doh

OUTSIDE

chimney
ống khói
ong koh-ee

aerial
ăng ten
ung ten

gutter
máng nước
mang noo-ok

drainpipe
ống thoát nước
ong twat noo-ok

roof
mái nhà
mai nya

window
cửa sổ
coo-a soh

driveway
lối vào
loy vow

front door
cửa trước
coo-a choo-oc

garage
gara
gar rah

YOU MIGHT SAY/HEAR...

Would you like to come round?
Bạn có muốn đến chơi không?
ban cor moon den choy kong

Hi! Come in.
Xin chào, mời vào.
sin chow, moy vow

Make yourself at home.
Cứ tự nhiên như ở nhà.
coo too nee-en ny-oo oh nya

Come round again soon!
Lần sau lại đến chơi nhé!
lan sow lie den choy nye

I like having people over.
Tôi thích mời bạn bè đến.
toy thick moy ban beh den

May I come in?
Tôi có thể vào không?
toy cor tay vow kong

Shall I take my shoes off?
Tôi có phải cởi giày không?
toy coh fie koi zay kong

Can I use your bathroom?
Tôi có thể sử dụng phòng tắm
của bạn không?
toy cor tay soo zoong fong tum koo-a
ban kong

Thanks for inviting me over.
Cảm ơn vì đã mời tôi đến.
kam on vee da moy toy den

VOCABULARY

threshold/doorway	console table	to buzz somebody in
ngưỡng cửa	bàn trang trí	mở cửa cho ai vào
ngoo-ang coo-a	ban chang chee	moh coo-a chor eye vow
corridor	landing	to come in
hành lang	chiếu nghỉ	đi vào
han lang	chee-oo ngee	dee vow
hallway	staircase	to wipe one's feet
hành lang	cầu thang	lau chân
han lang	cow thang	low chan
coat hook	banister	to hang one's jacket up
móc quần áo	tay vịn cầu thang	treo áo khoác
mock kwan ow	tay vin cow thang	chee-o ow kwack

doorbell
chuông cửa
chong coo-a

door handle
tay nắm cửa
tay num coo-a

doormat
thảm chùi chân
tam choo-ee chan

intercom
hệ thống liên lạc
nội bộ
heh thong lee-en lac noy boh

key
khóa xe
chee-a kwah

key fob
móc chìa khoá
mock chee-a kwah

lift
thang máy
thang may

shoe cupboard
tủ giày
too zay

stairwell
cầu thang
cow thang

VOCABULARY

tiled floor
sàn lát gạch
san lat gack

carpet
thảm
tam

sofa bed
giường sofa
zee-u-ong sofa

suite
dãy phòng
za-ee fong

armchair
ghế bành
gay bang

footstool
ghế để chân
gay deh chan

coffee table
bàn café
ban ka fe

ornament
vật trang trí
vat chang chee

wall light
đèn tường
den too-ong

table lamp
đèn bàn
den ban

radio
đài
die

DVD/Blu-ray® player
đầu dvd/blu-ray
dow dvd blu-ray

remote control
điều khiển từ xa
dee-u kwin too sar

to relax
thư giãn
too zan

to watch TV
xem tv
sam tee vee

YOU SHOULD KNOW...

Most lounges in Vietnamese homes have wooden or tiled floors, rather than carpet.

GENERAL

bookcase
tủ sách
too sack

curtains
rèm
zem

display cabinet
tủ trưng bày
too choong bay

TV
ti vi
tee vee

TV stand
kệ tivi
ker tivi

Venetian blind
rèm sáo ngang
zem sow ngang

LOUNGE

picture
tranh
chang

cushion
gối
goy

wooden floor
sàn gỗ
san goh

sofa
ghế sô pha
gay soh far

rug
thảm
tam

house plant
cây cảnh
kay kan

58

Kitchens in Vietnam are often closed off from the rest of the house and aren't usually treated as entertaining spaces.

VOCABULARY

(electric) cooker	to boil	to steam
nồi (điện)	đun sôi	hấp
noy (dee–in)	doon soy	hup
gas cooker	to fry	to wash up
bếp ga	rán	rửa
bep ga	zan	zoo–a
to cook	to stir-fry	to clean the worktops
nấu	xào	làm sạch bàn nấu
now	sow	lam sack ban now

YOU SHOULD KNOW...

The most frequently used Vietnamese cooking utensil is a wok, which is used in several different cooking methods. Western appliances like ovens and toasters can be found in some modern homes but are not daily necessities yet.

MISCELLANEOUS ITEMS

aluminium foil
giấy bọc nhôm
zay bock nyom

clingfilm
màng bọc thực phẩm
man bock too fam

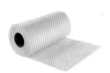

kitchen roll
giấy lau bếp
zay low bep

casserole dish
nồi hầm
noy ham

chopping board
thớt
tot

colander
rổ
zoh

cooker hood
máy hút mùi
may hoot moo-ee

electric rice cooker
nồi cơm điện
noy kom dee-in

food processor
máy xay
may say

frying pan
chảo rán
chow zan

grater
cái nạo
kai now

kettle
ấm đun nước
um doon noo-ok

kitchen knife
dao bếp
zow bep

kitchen scales
cân nấu ăn
kan now un

ladle
muôi
moo-ee

measuring jug
bình đo
bing dor

pedal bin
thùng rác đạp
toong zack dap

peeler
cái gọt vỏ
kai got voh

pestle and mortar
chày và cối
chay var koy

rolling pin
cái lăn
kai lan

saucepan
nồi
noy

sieve
cái lọc
kai lock

spatula
xẻng lật
seng lat

steamer
nồi hấp
noy hap

teapot
ấm trà
um cha

tin opener
cái mở hộp
kai mor hop

toaster
máy nướng bánh mì
may noo-ong bun mee

whisk
cái đánh trứng
kai dang chung

wok
chảo lòng to
chow long to

wooden spoon
thìa gỗ
tee-a goh

KITCHEN

sink
bồn rửa
bone zoo-a

oven
lò
loh

hob
bếp
bep

microwave
lò vi sóng
loh vee song

fridge-freezer
tủ lạnh
too lan

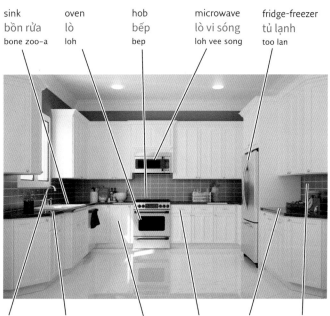

tap
vòi nước
voy noo-ok

draining board
khay thoát
nước
kay twat noo-ok

cupboard
tủ bếp
too bep

drawer
ngăn kéo
ngan kee-o

worktop
bàn nấu
ban now

tiles
gạch lát
gack lat

It is not traditional in Vietnamese homes for the kitchen and the dining room to be combined. If you are invited to dinner by a family, generally one person spends time cooking in the kitchen while another entertains the guests in the living room. Guests usually only see the cook later, in the dining room.

YOU MIGHT SAY/HEAR...

Bon appetit.
Chúc ngon miệng.
chook ngon mee-ing

Enjoy your meal.
Mời thưởng thức.
moy thong took

VOCABULARY

dining table	tablecloth	to dine
bàn ăn	khăn trải bàn	ăn
ban un	kan chai ban	un
sideboard	to set the table	to clear the table
tủ bếp	bày bàn ăn	dọn bàn ăn
too bep	bay ban un	zon ban un

YOU SHOULD KNOW...

Good table manners in Vietnam include: waiting for the most senior person at the table to start; not hitting the chopsticks on the bowl or standing them upright in the rice; and not standing up to reach a dish.

GENERAL

cup and saucer
chén trà và đĩa
chen cha var dee-a

knife and fork
dao và đĩa
zow var zee-aa

mug
cốc
cock

napkin
khăn ăn
kan un

plate
đĩa
dee-a

spoon
thìa
tee-a

teaspoon
thìa cà phê
tee-a ka fe

tumbler
ly
lee

wine glass
ly rượu
lee zoo-or

TABLE SETTING

place mat
tấm lót đĩa
tam lot dee-a

bowl
bát
bat

chopsticks
đũa
doo-a

teacup
chén
chen

soup spoon
thìa canh
tee-a cang

VOCABULARY

single bed **giường đơn** zee-u-ong don	spare room **phòng trống** fong chong	to sleep **ngủ** ngoo
double bed **giường đôi** zee-u-ong doy	nursery **phòng trẻ con** fong chey kon	to wake up **thức dậy** tooc zay
bunk beds **giường tầng** zee-u-ong tang	headboard **đầu giường** dow zee-u-ong	to make the bed **dọn giường** zon zee-u-ong
master bedroom **phòng ngủ chính** fong ngoo ching	to go to bed **đi ngủ** dee ngoo	to change the sheets **thay tấm trải** thay tum chai

GENERAL

alarm clock
đồng hồ báo thức
dong hoh bow tooc

bedding
chăn ga gối đệm
chun ga goy dem

coat hanger
mắc áo
muk ow

dressing table
bàn trang điểm
ban chang deem

laundry basket
giỏ đựng đồ giặt
zor doong doh zee-at

sheets
tấm trải
tum chai

mirror
gương
goong

chest of drawers
tủ ngăn kéo
too ngan kee-o

bed
giường
zee-u-ong

wardrobe
tủ quần áo
too kwan ow

duvet
vỏ chăn
voh chun

curtains
rèm cửa
zem coo-a

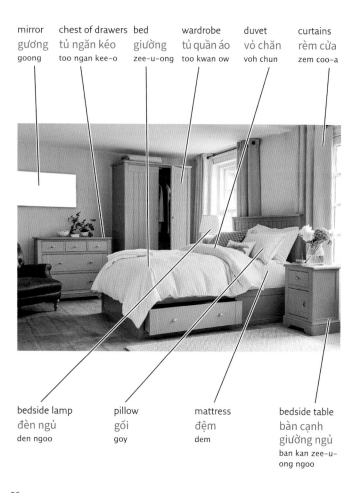

bedside lamp
đèn ngủ
den ngoo

pillow
gối
goy

mattress
đệm
dem

bedside table
bàn cạnh
giường ngủ
ban kan zee-u-
ong ngoo

Normally there is only one bathroom in Vietnamese homes, and, as in the UK, most homes in Vietnam have the toilet in the bathroom. It is also quite common to see washing machines installed in the bathroom.

VOCABULARY

shower curtain
rèm phòng tắm
zem fong tum

to have a bath/shower
đi tắm
dee tum

to brush one's teeth
đánh răng
dang zang

toiletries
đồ dùng vệ sinh cá nhân
doh zoong veh sing car nyan

to wash one's hands
rửa tay
zoo-a tay

to go to the toilet
đi vệ sinh
dee veh sing

GENERAL

bath towel
khăn tắm
kan tum

face cloth
khăn mặt
kan mut

hairdryer
máy sấy tóc
may say tok

plastic slippers
dép nhựa
zep noo-a

shower puff
bông tắm
bong tum

soap
xà phòng
sar fong

sponge
cái bọt biển
kai bot bee-in

toilet brush
cái cọ bồn cầu
kie coh bone cow

toilet roll
giấy vệ sinh
zay veh sinh

BATHROOM

mirror	sink	shower	toilet	towel rail
gương	bồn rửa	vòi sen	bồn cầu	giá treo khăn tắm
goong	bone zoo-a	voy sen	bone cow	zar chee-o kan tum

tap
vòi nước
voy noo-ok

cabinet
tủ
too

shower cubicle
buồng tắm hoa sen
boo-ong tum hwa sen

bath
bồn tắm
bone tum

A growing number of Vietnamese families live in apartment blocks and don't have their own garden. However, this doesn't stop them creating a green space at home, normally on their balcony. It's common for older people to keep birds as pets – these often live on the balcony too.

VOCABULARY

flowers	bird	to water
hoa	chim	tưới
hwa	cheem	too-ee

weed	greenhouse	to grow
cỏ dại	nhà kính	mọc lên
cor zai	nya kin	mock len

soil	to weed	to plant
đất	làm cỏ	trồng
dat	lam cor	chong

BALCONY

flowerpot stand	shrub	flowerpot	plant	decking
kệ đặt chậu hoa	cây bụi	chậu hoa	cây cảnh	ván sàn
keh dat chow hwa	kay boo-ee	chow hwa	kay kan	van san

69

birdcage
lồng chim
long cheem

gardening gloves
găng tay làm vườn
gang tay lam voo-on

trellis
giàn mắt cáo
zan mut cow

trowel
cái bay
kai bay

watering can
bình tưới
bing too-ee

weedkiller
chất diệu cỏ
chat zee-at cor

windowbox
chậu đặt cửa sổ
chow dat coo-a soh

VOCABULARY

utility room
phòng tiện ích
fong tee-en ick

disinfectant
chất khử trùng
chat koo choong

to hoover
hút bụi
hoot boo-ee

household appliances
thiết bị gia dụng
tee-it bee zaa zoong

washing-up liquid
nước giặt
noo-ok zee-at

to tidy up
dọn dẹp
zon zep

dustbin
thùng rác
toong zack

to sweep the floor
quét nhà
kwet nya

to clean
làm sạch
lam sack

bleach
chất tẩy trắng
chat tay chang

to do the laundry
giặt quần áo
zee-at kwan ow

to take out the rubbish
đổ rác
doh zack

bin bag
túi lót thùng rác
too-ee lot toong zack

brush
chổi
choy

bucket
xô
soh

cloth
khăn lau
kan low

clothes horse
giá phơi quần áo
zar foy kwan ow

clothes pegs
kẹp quần áo
kep kwan ow

dustpan
cái hót rác
kai hot zack

iron
bàn là
ban lah

ironing board
bàn để là
ban deh lah

mop
chổi lau nhà
choy low nya

rubber gloves
găng tay cao su
gang tay cow soo

scourer
cái rửa bát
kie zoo-a bat

tumble drier
máy sấy quần áo
may say kwan ow

vacuum cleaner
máy hút bụi
may hoot boo-ee

washing line
dây phơi
zay foy

washing machine
máy giặt
may zee-at

washing powder
bột giặt
bot zee-at

wastepaper basket
thùng rác cho giấy
toong zack chor zay

Markets full of lush produce and local specialities, the smell of freshly steamed buns from the street stalls, or small stores selling traditional arts and crafts – just some of the things that might spring to mind when it comes to shopping in Vietnam. That's not to say that you won't find plenty of large supermarkets, busy shopping centres, and many familiar international chains in urban areas.

basket
giỏ
zoh

banana
chuối
choo–ee

bread
bánh mỳ
bun–mee

vegetable oil
dầu thực vật
zow took vat

Most shops in Vietnam are open 7 days a week until late in the evening, whether they are small convenience stores, large supermarkets, busy shopping centres, or popular high-street shops. Some shops (especially the ones in small towns and villages) choose to close early or not open at all on national holidays.

YOU MIGHT SAY...

Where is the nearest...?
... gần nhất ở đâu?
gan nyut oh dow

Where can I buy...?
Tôi có thể mua ... ở đâu?
toy cor tay moo-a ... oh dow

What time do you open/close?
Mấy giờ bạn mở cửa/đóng cửa?
may zer ban moh coo-a/dong coo-a

I'm just looking.
Tôi chỉ xem thôi.
toy chee sam thoy

Do you sell...?
Bạn có bán ... không?
ban cor ban ... kong

Can I pay by cash/card?
Tôi có thể thanh toán bằng thẻ/tiền mặt không?
toy cor tay tan to-wan bang tay/tee-in mut kong

Can I pay with my mobile app?
Tôi có thể thanh toán bằng ứng dụng di động không?
toy cor tay tan to-wan bang oong zoong zee dong kong

How much does this cost?
Cái này giá bao nhiêu?
kai nay zar bow new

How much is delivery?
Phí giao hàng là bao nhiêu?
fee zao hang lah bow new

I need/would like...
Tôi cần/tôi muốn...
toy kan/toy moon

Can I exchange this?
Tôi có thể đổi cái này được không?
toy cor tay doy kai nay doo-ok kong

Can I get a refund?
Tôi có thể được hoàn tiền không?
toy cor tay doo-ok ho-an tee-in kong

Can you recommend...?
Bạn có thể gợi ý ... không?
ban cor tay goy ee ... kong

That's all, thank you.
Hết rồi, cảm ơn.
het zoi, kam on

Can I help you?
Tôi có thể giúp gì bạn?
toy cor tay zee-oop zee ban

I can order that for you.
Tôi có thể đặt hàng nó cho bạn.
toy cor tay dat hang noh chor ban

Are you looking for anything in particular?
Bạn đang tìm gì cụ thể không?
ban dang tim zee coo tay kong

How would you like to pay?
Bạn muốn thanh toán thế nào?
ban moon tan to-wan tey now

I would recommend...
Tôi muốn giới thiệu...
toy moon zoy tee-oo

Can you enter your PIN?
Bạn có thể nhập mã pin không?
ban cor tay nyap mah pin kong

Would you like anything else?
Bạn có muốn cái gì nữa không?
ban cor moon kai zee noo-a kong

Would you like a receipt?
Bạn có muốn lấy biên lai không?
ban cor moon lay bee-an lie kong

It costs...
Nó có giá...
noh cor zar

Have you got a receipt?
Bạn có hoá đơn không?
ban cor hwa don kong

I'm sorry, we don't have...
Xin lỗi, chúng tôi không có...
sin loy, choong toy kong cor

We'd love to see you again soon.
Chúng tôi rất mong gặp lại bạn.
choong toy zat mong gap lie ban

VOCABULARY

shop
cửa hàng
coo-a hang

shopping centre
trung tâm mua sắm
choong tam mua sam

change
tiền thừa
tee-in thoo-a

supermarket
siêu thị
see-u tee

market
chợ
chor

PIN
mật khẩu
mat kow

corner shop
cửa hàng tạp hoá
coo-a hang tap hwa

cash
tiền mặt
tee-in mut

checkout
thu ngân
too ngan

exchange	voucher	to buy
đổi	phiếu giảm giá	mua
doy	fee-oo zam zar	moo-a

refund	gift voucher	to pay
hoàn tiền	phiếu quà tặng	trả tiền
ho-an tee-in	fee-oo kwar tang	cha tee-in

receipt	to browse	to shop (online)
biên lai	tìm kiếm	mua sắm
bee-an lie	tim kee-im	(trực tuyến)
		moo-a sam (chuk too-in)

Although single-use plastic bags are still very common in Vietnam, the government is encouraging people to be more environmentally friendly by introducing a small charge for these bags.

banknotes
tiền mặt
tee-in mut

card reader
máy đọc thẻ
may dok tay

coins
tiền xu
tee-in soo

debit/credit card
thẻ ghi nợ/tín dụng
tay gee noh/tin zoong

paper bag
túi giấy
too-ee zay

plastic bag
túi ni lông
too-ee nee long

Unlike the UK, supermarkets in Vietnam don't normally offer online shopping or delivery services.

YOU MIGHT SAY...

Where can I find...?
Tôi có thể tìm ... ở đâu?
toy cor tay tim ... oh dow

I'm looking for...
Tôi đang tìm...
toy dang tim

Do you have...?
Bạn có ... không?
ban cor ... kong

Do you have carrier bags?
Bạn có túi xách không?
ban coh too-ee sack kong

YOU MIGHT HEAR...

We have/don't have...
Chúng tôi có/không có...
choong toy cor/kong cor

I can show you.
Tôi có thể chỉ cho bạn.
toy cor tay chee chor ban

It's in aisle 1/2/3.
Nó ở hàng 1/2/3.
noh oh hang mot/high/bah

There is a charge for a carrier bag.
Có một khoản phí cho túi xách.
cor mot kwan fee chor too-ee sack

VOCABULARY

shop assistant	delicatessen	box
nhân viên bán hàng	đặc sản	hộp
nyan vi-en ban hang	dack san	hop
aisle	ready meal	carton
hàng	đồ ăn sẵn	thùng carton
hang	doh un san	toong cah tong
groceries	bottle	jar
thức ăn	chai	lọ
took ann	chai	lor

multipack nhiều gói new goy	tinned đóng hộp dong hop	dairy sản phẩm từ sữa san fam too soo-a
packet gói goy	fresh tươi too-ee	low-fat ít béo it bee-o
tin hộp hop	frozen đông lạnh dong lan	low-calorie lượng calo thấp loo-ong car lor tap

GENERAL

basket
giỏ
zor

scales
cân
kan

trolley
xe đẩy
sair day

GROCERIES

biscuits
bánh quy
bun kwi

honey
mật ong
mat ong

instant coffee
cà phê hòa tan
ka fe hwa tan

jam
mứt
mut

ketchup
sốt cà chua
sot ka choo-a

noodles
mì
mee

olive oil
dầu ô liu
zow oh loo

pepper
hạt tiêu
hat tee-u

rice
gạo
gow

salt
muối
moo-ee

soy sauce
xì dầu
see zow

sugar
đường
doo-ong

teabags
túi trà
too-ee cha

vegetable oil
dầu thực vật
zow took vat

vinegar
giấm
zam

SNACKS

candied fruit
mứt
mut

chocolate
sô cô la
soh cor la

crisps
khoai tây chiên
kwai tay chee-en

nuts
hạt
hat

popcorn
bắp rang bơ
bup zang bur

sweets
kẹo
kee-o

DRINKS

beer
bia
beer

fizzy drink
đồ uống có ga
doh oong cor ga

fruit juice
nước hoa quả
noo-ok hwa kwar

spirits
rượu mạnh
zoo-or man

still water
nước không ga
noo-ok kong ga

wine
rượu vang
zoo-or vang

Markets in Vietnam are normally permanent and are a very important part of Vietnamese daily life. There are markets selling fresh fruit and vegetables, meat, fish, and even street food within three miles of most people's homes in most cities in Vietnam. People with children or who are retired are more likely to buy fresh produce and cook at home, and young people often buy street food because it's cheap and saves time. Only in remote towns and villages will you find a traditional market. These are open from early in the morning until lunchtime, and people living nearby usually travel several miles to "chase the market".

YOU MIGHT SAY...

Do you have...?
Bạn có ... không?
ban cor ... kong

Where is the market?
Chợ ở đâu?
chor oh dow

500 grams/A kilo of...
Năm lạng/một cân...
nam lang gram/mot kan

Two/Three ..., please.
Làm ơn cho hai/ba...
lam on chor high/baa

A slice of ..., please.
Làm ơn cho một miếng...
lam on chor mot mee-ing

What do I owe you?
Tôi phải trả bạn bao nhiêu tiền?
toy fie cha ban bow new tee-in

YOU MIGHT HEAR...

The market is in the square.
Chợ ở quảng trường.
chor oh kwan choong

What would you like?
Bạn muốn gì?
ban moon zee

That will be...
Nó sẽ là...
noh sair lah

There is no more...
Không còn ... nữa.
kong kon ... noo-a

Here you go. Anything else?
Của bạn đây. Còn gì nữa không?
koo-a ban day. kon zee noo-a kong

Here's your change.
Đây là tiền thừa.
day lah tee-in two-a

indoor market	local	seasonal
chợ trong nhà	địa phương	theo mùa
chor chong nya	dee-a foo-ong	teo moo-a
night market	organic	home-made
chợ đêm	hữu cơ	tự làm
chor dem	hoo ker	too lam

YOU SHOULD KNOW...

The night market is a prominent feature of city life in Vietnam. Here you can find numerous stalls selling all sorts of meals and snacks, as well as cheap clothes.

MARKETPLACE

customers	stall	trader
khách hàng	quầy hàng	người bán
kack hang	kway hang	ngoy ban

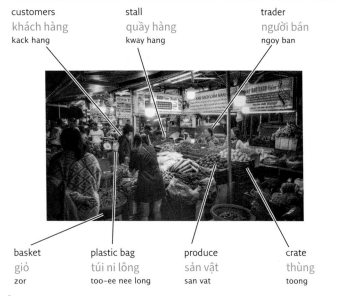

basket	plastic bag	produce	crate
giỏ	túi ni lông	sản vật	thùng
zor	too-ee nee long	san vat	toong

YOU MIGHT SAY...

Where can I buy...?
Tôi có thể mua ... ở đâu?
toy cor tay mua ... oh dow

Are they ripe/fresh?
Chúng có chín/tươi không?
choong cor chin/too-ee kong

YOU MIGHT HEAR...

What would you like?
Bạn muốn mua gì?
ban moon moo-a zee

They are very ripe/fresh.
Chúng rất chín/tươi.
choong zat chin/too-ee

VOCABULARY

grocer's hàng thực phẩm hang took fam	rind vỏ voh	raw sống song
root vegetable rau củ zow coo	seed hạt hat	fresh tươi too-ee
juice nước ép noo-ok ep	segment múi moo-ee	rotten hỏng hong
leaf lá lah	skin da zaa	ripe chín chin
peel vỏ voh	core nhân nyan	unripe chưa chín choo-a chin
pip hột hot	stone hạt hat	seedless không hạt kong hat

to chop	to grate	to peel (banana)
chặt	nạo	bóc vỏ
chut	now	bock vor

to dice	to juice	to peel (carrots)
thái	làm nước trái cây	gọt vỏ
tie	lam noo-ok chai kay	got vor

YOU SHOULD KNOW...

Remember that when buying fruit or vegetables from the supermarket, customers are usually required to weigh and sticker their purchases before going to the checkout. Although Vietnam uses the metric system in general, there is a special unit for half a kilo (500 grams) called năm lạng (nam lang), which is the most commonly used measurement of weight in the market.

FRUIT

apple
táo
tow

apricot
mơ
moh

banana
chuối
choo-ee

blueberry
việt quất
vee-et quot

cantaloupe
dưa lưới
zoo-a loo-ee

cherry
quả anh đào
kwar ann dow

dragon fruit
thanh long
tan long

durian
sầu riêng
sow zien

grape
nho
ny-oh

grapefruit
bưởi
boo-oy

lemon
chanh
chang

longan
nhãn
ny-an

lychee
vải
vie

mango
xoài
sway

mangosteen
măng cụt
mung coot

mulberry
dâu
zow

orange
cam
cam

passion fruit
chanh leo
chang lee-o

peach
đào
dow

persimmon
hồng
hong

pineapple
dứa
zoo-a

plum
mận
mun

pomegranate
lựu
loo

rambutan
chôm chôm
chom chom

star apple
vú sữa
voo soo-a

strawberry
dâu tây
zow tay

watermelon
dưa hấu
zoo-a how

VEGETABLES

aubergine
cà tím
ka tim

bamboo shoots
măng
mung

beansprouts
giá
zar

broccoli
bông cải xanh
bong kai sang

cabbage
bắp cải
bup kai

carrot
cà rốt
ka rot

cauliflower
súp lơ
soup loh

celery
cần tây
kan tay

chilli
ớt
ot

Chinese cabbage
cải thảo
kai tow

corn
ngô
ngoh

courgette
bí ngòi
bee ngoy

cucumber
dưa chuột
zoo-a choot

garlic
tỏi
toy

green beans
đậu xanh
dow sang

lettuce
xà lách
sar lack

lotus root
củ sen
coo sen

mushroom
nấm
nam

onion
hành tây
han tay

pak choi
cải làn
kai lan

peas
đậu hà lan
dow har lan

potato
khoai tây
kwai tay

red pepper
ớt đỏ
ot dor

spring onion
hành lá
han lah

tomato
cà chua
car choo-a

water spinach
rau muống
zow moong

winter melon
bí đao
bee dow

Ask the fishmonger for tips on what is fresh, what has been frozen, and what is in season.

YOU MIGHT SAY...

How fresh is this fish?
Con cá này có tươi không?
kon car nay coh too-ee kong

I'd like the scales removed, please.
Tôi muốn bỏ vẩy.
toy moon bor vay

Are there a lot of bones in this fish?
Con cá này có nhiều xương không?
kon car nay cor new soo-ung kong

YOU MIGHT HEAR...

This fish was caught in the river this morning.
Con cá này được bắt ở sông sáng nay.
kon car nay doo-ok but oh song sang nay

Would you like the scales/guts removed?
Bạn có muốn bỏ vẩy/ruột không?
ban cor moon boh vay/zoo-ot kong

VOCABULARY

fishmonger
người bán cá
ngoy ban car

shellfish
giáp xác
zap sack

scales
vẩy
vay

bone
xương
soo-ung

shell
vỏ
vor

roe
trứng cá
chung car

freshwater
nước ngọt
noo-ok ngot

saltwater
nước mặn
noo-ok mun

farmed
nuôi trồng
noo-ee chong

wild
hoang dã
hoo-ang zar

salted
muối
moo-ee

smoked
xông khói
song koh-ee

anchovy
cá cơm
car kom

carp
cá chép
car chep

catfish
ba sa
bar sar

cod
cá tuyết
car tweet

mackerel
cá thu
car too

monkfish
cá mặt quỷ
car mut kwi

salmon
cá hồi
car hoy

sea bass
cá vược
car voo–ok

snakehead
cá quả
car kwar

snapper
cá hồng
car hong

tilapia
cá rô phi
car zor fee

tuna
cá ngừ
car ngoo

clam
ngao
ngow

cockle
sò
soh

crab
cua
koo-a

crayfish
tôm hùm đất
tom hoom dat

lobster
tôm hùm
tom hoom

mussel
vẹm
vem

octopus
bạch tuộc
back too-ok

oyster
hàu
how

prawn
tôm
tom

scallop
sò điệp
sor dee-ip

shrimp
tôm nhỏ
tom ny-oh

squid
mực
muck

YOU MIGHT SAY...

A kilo of...
Một cân...
mot kan

Can you slice this for me, please?
Bạn có thể cắt cái này cho tôi
được không?
ban cor tay cut kai nay chor toy doo-
ok kong

Can you remove the bone for me,
please?
Bạn có thể bỏ xương cho tôi
được không?
ban cor tay boh soo-ung chor toy
doo-ok kong

YOU MIGHT HEAR...

Certainly, sir/madam.
Vâng, thưa ông/bà.
vung, too-a ong/bah

How much/many would you like?
Bạn muốn mua bao nhiêu/
bao nhiêu tiền?
ban moon moo-a bow new/bow new
tee-in

Will 2 pieces/half a kilo be
enough?
Hai miếng/nửa cân có đủ
không?
high mee-ing/noo-ah kan cor doo
kong

VOCABULARY

butcher	pork	venison
người bán thịt	thịt lợn	thịt nai
ngoy ban tit	tit lon	tit nie
meat	beef	offal
thịt	thịt bò	nội tạng
tit	tit boh	noy tang
red/white meat	lamb	poultry
thịt đỏ/trắng	thịt cừu	thịt gia cầm
tit dor/chang	tit coo-u	tit zaa cam
cold meats	game	chicken
thịt nguội	chim	thịt gà
tit ngo-ee	chim	tit gar

duck
thịt vịt
tit vit

raw
sống
song

organic
hữu cơ
hoo ker

goose
ngỗng
ngo-ong

cooked
nấu chín
now chin

free-range
chăn thả tự do
chun tar too do

bacon
thịt muối
tit moo-ee

beefburger
thịt bò xay
tit boh say

cured sausage
lạp xưởng
lap song

ham
giăm bông
zum bong

joint
tảng thịt
tang tit

mince
thịt băm
tit bum

ribs
sườn
soo-on

sausage
xúc xích
sook sick

steak
miếng thịt rán
mee-ing tit zan

Bakeries are relatively new additions to Vietnamese markets and high streets, the result of influence from Western countries. They are gaining in popularity, especially with the younger generation.

YOU MIGHT SAY...

Where is the...?
... ở đâu?
oh dow

What time do you open/close?
Mấy giờ bạn mở/đóng?
may zer ban moh/dong

Do you sell...?
Bạn có bán ... không?
ban cor ban ... kong

May I have...?
Tôi có thể mua ... không?
toy cor tay moo–a ... kong

YOU MIGHT HEAR...

Are you being served?
Bạn đã được phục vụ chưa?
ban dah doo–ook fook voo choo–a

Would you like anything else?
Bạn có muốn cái gì khác không?
ban cor moon kai zee kack kong

It costs...
Nó có giá...
noh cor zar

I'm sorry, we don't have...
Xin lỗi, chúng tôi không có...
sin loy, choong toy kong cor

VOCABULARY

baker
thợ làm bánh
tor lam bun

bread
bánh mỳ
bun mee

dough
bột
bot

flour
bột mì
bot mee

loaf
ổ bánh mì
oh bun mee

steamed bun
bánh bao
bun bow

slice
lát
lat

gluten-free
không chứa gluten
kong choo–a gluten

to bake
nướng
noo-ong

baguette
bánh mì
bun mee

bread rolls
ổ bánh mì
oh bun mee

croissant
bánh sừng bò
bun sung boh

Danish pastry
bánh ngọt Đan Mạch
bun ngot dan mack

doughnut
bánh vòng
bun vong

éclair
bánh su kem
bun soo kem

fruit tart
bánh tart trái cây
bun tart chai kay

macaroon
bánh macaron
bun ma ca ron

pain au chocolat
bánh nhân sô-cô-la
bun nyan soh-cor-la

pancakes
bánh kếp
bun kep

waffle
bánh waffle
bun waffle

wholemeal bread
bánh mì nguyên hạt
bun mee ngwin hat

UHT milk is much more widely used in Vietnam than in the UK, but it is possible to find fresh milk in the supermarkets or to buy unpasteurized milk directly from dairy farmers.

VOCABULARY

egg white/yolk
lòng trắng/đỏ trứng
long dor/chang chung

UHT milk
sữa tươi tiệt trùng
soo-a too-ee tee-it choong

fresh milk
sữa tươi
soo-a too-ee

cheese
phô mai
for my

caged
nhốt chuồng
ny-ot choo-ong

free-range
chăn thả tự do
chun tar too do

pasteurized/
unpasteurized
tiệt trùng/không
tiệt trùng
tee-it choong/kong tee-it choong

dairy-free
không có sữa
kong cor soo-a

butter
bơ
bur

cream
kem tươi
kem too-ee

egg
trứng
chung

milk
sữa
soo-a

soymilk
sữa đậu nành
soo-a dow nann

yoghurt
sữa chua
soo-a choo-a

In Vietnam, there are two types of pharmacy: one that is in a hospital, and one that is purely commercial. If you want to buy prescribed medicines from a commercial pharmacy, you need to have a prescription, written in English or Vietnamese, which includes your name and age, and lists the name, amount and dosage of the medicine(s). It must also include the doctor's signature and address. Hygiene and beauty items are not available in pharmacies in Vietnam, but are sold in drugstores and beauty shops.

YOU MIGHT SAY...

I need something for...
Tôi cần thuốc cho...
toy kan took chor

What would you recommend?
Bạn gợi ý thuốc gì?
ban goy ee took zee

I'm allergic to...
Tôi bị dị ứng với...
toy bee zee oong voy

Is it suitable for young children?
Nó có phù hợp cho trẻ em không?
noh cor foo hop chor chey em kong

YOU MIGHT HEAR...

Do you have a prescription?
Bạn có đơn thuốc không?
ban cor don took kong

You should see a doctor.
Bạn nên đi khám bác sĩ.
ban nen dee kam ba-see

Do you have ID?
Bạn có chứng minh thư không?
ban cor choong minh too kong

You need a prescription to buy that.
Bạn cần đơn của bác sỹ để mua nó.
ban kan don coo-a ba-see deh mua noh

Do you have any allergies?
Bạn có bị dị ứng với cái gì không?
ban cor bee zee oong voy kai zee kong

I'd recommend...
Tôi gợi ý...
toy goy ee

Take two tablets twice a day.
Uống hai lần một ngày, mỗi lần hai viên.
oong high lan mot ngie, moy lan high vi-en

It's not suitable for children under 10 years old.
Thuốc này không dùng cho trẻ em dưới 10 tuổi.
took nay kong zoong chor chey em zoo-oi moy-ee toy-ee

pharmacist
dược sĩ
zoo-ok see

medicine
dược phẩm/thuốc
zoo-ok fam/took

diarrhoea
bệnh tiêu chảy
benn tee-iu chay

cabinet
tủ thuốc
too took

ointment
thuốc mỡ
took moh

hay fever
dị ứng phấn hoa
zee oong fan hwa

counter
quầy
kway

painkiller
thuốc giảm đau
took zam dow

headache
đau đầu
dow dow

prescription
đơn thuốc
don took

flu tablets
thuốc cảm cúm
took cam cume

sore throat
đau họng
dow hong

antihistamine
thuốc dị ứng
took zee oong

diarrhoea tablets
thuốc tiêu chảy
took tee-iu chay

flu
cúm
koom

antiseptic
sát trùng
sat choong

tube
ống
ong

stomachache
đau bụng
dow boong

decongestant
thuốc thông mũi
took thong moo-ee

cold
cảm lạnh
cam lan

asthma
hen suyễn
hen soo-en

antiseptic cream
kem sát trùng
kem sat choong

bandage
băng bó
bang boh

capsule
viên con nhộng
vi-en kon ny-ong

condom
bao cao su
bow cow soo

cough mixture
thuốc ho
took hor

drops
thuốc nhỏ
took nee-oh

insect repellent
thuốc chống côn
trùng
took chong kone choong

lozenge
viên ngậm
vi-en ngam

plaster
băng cá nhân
bang car ny-an

sun cream
kem chống nắng
kem chong nang

protective face mask
khẩu trang
kow chang

tablet/pill
viên
vi-en

HYGIENE

antiperspirant
thuốc chống mồ hôi
took chong moh ho-ee

conditioner
dầu xả
zow sar

mouthwash
nước súc miệng
noo-ok sook mee-ing

razor
dao cạo
zow cow

sanitary towel
băng vệ sinh
bang veh sing

shampoo
dầu gội đầu
zow goy dow

shaving foam
bọt cạo râu
bot cow zow

shower gel
sữa tắm
soo-a tum

soap
xà phòng
sar fong

tampon
băng vệ sinh ống
bang veh sing ong

toothbrush
bàn chải đánh răng
ban chai dang zang

toothpaste
kem đánh răng
kem dang zang

blusher
phấn má
fan mah

comb
lược
loo–ok

eyeliner
bút kẻ viền mắt
boot keh vee-in mut

eyeshadow
phấn mắt
fan mut

foundation
phấn nền
fan nen

hairbrush
bàn chải tóc
ban chai tok

hairspray
thuốc xịt tóc
took sit tok

lip balm
son dưỡng
son zoo-ong

lipstick
son môi
son moy-ee

mascara
mascara
mas car rah

nail varnish
sơn móng tay
son mong tay

powder
phấn bột
fan bot

VOCABULARY

dummy	to be teething	to breast-feed
núm vú giả	mọc răng	cho con bú
noom voo zar	mock zang	chor kon boo

CLOTHING

babygro®/sleepsuit
áo liền quần
ow lee–an kwan

bib
yếm
ee–em

bootees
giày tất
zay tat

mittens
găng tay len
gang tay len

snowsuit
áo khoác liền quần
ow kwack lee–an kwan

vest
áo ba lỗ
ow ba lor

HEALTH AND HYGIENE

baby food
thức ăn trẻ em
tooc un chey em

baby's bottle
bình sữa
bing soo–a

changing bag
túi thay tã
too–ee tay tar

cotton bud
bông tăm
bong tum

cotton wool
miếng bông
mee-ing bong

formula milk
sữa công thức
soo-a kong tooc

nappy
tã lót
tar lot

nappy cream
kem tã
kem tar

wet wipes
khăn ướt
kan uot

ACCESSORIES

baby bath
chậu tắm trẻ em
chow tum chey em

baby sling
địu
dee-oo

cot
cũi
coo-ee

highchair
ghế cao
gay cao

pram
xe nôi
sair noy

pushchair
xe đẩy
sair day

News kiosks in Vietnam sell magazines, newspapers, and small stationery items. Corner shops and convenience stores sell beverages, cigarettes, and snacks. Some stationery, like stamps and envelopes, can also be bought in a post office.

VOCABULARY

broadsheet
báo khổ lớn
bow kor lon

stationery
văn phòng phẩm
vun fong fam

daily
hàng ngày
hang ngie

tabloid
báo lá cải
bow lah kai

tobacconist
người bán thuốc lá
ngoy ban took lah

weekly
hàng tuần
hang too-an

kiosk
ki-ốt
kee-ot

vendor
người bán hàng
ngoy ban hang

book
sách
sack

cigarette
thuốc lá
took lah

comic book
truyện tranh
chewin chan

confectionery
bánh kẹo
bun kee-o

envelope
phong bì
fong bee

greetings card
thiệp
tee-ep

magazine
tạp chí
tạp chee

map
bàn đồ
ban doh

newspaper
báo
bow

notebook
sổ tay
soh tay

pen
bút
boot

pencil
bút chì
boot chee

postcard
bưu thiếp
boo-u tee-ip

scratch card
thẻ cào
tay cow

stamp
tem
tem

YOU MIGHT SAY...

Where is...?
... ở đâu?
oh dow

Which floor is this?
Đây là tầng mấy?
day lah tang may

Can you gift-wrap this, please?
Bạn có thể gói quà cái này
không?
ban cor tay goy kwar kai nay kong

YOU MIGHT HEAR...

Menswear is on the second floor.
Quần áo nam ở tầng hai.
kwan ow nam oh tang high

This is the first floor.
Đây là tầng một.
day lah tang mot

Would you like this gift-wrapped?
Bạn có muốn gói quà cái này
không?
ban cor moon goy kwar kai nay kong

VOCABULARY

floor
tầng
tang

escalator
thang cuốn
tang kwon

lift
thang máy
tang may

toilets
nhà vệ sinh
nya veh sing

counter
quầy tính tiền
kway tee-en tee-in

department
khu vực
koo vook

menswear
quần áo nam
kwan ow nam

womenswear
quần áo nữ
kwan ow noo

sportswear
đồ thể thao
doh tay tow

swimwear
đồ bơi
doh boy-ee

brand
thương hiệu
too-ong hee-oo

sale
giảm giá
zam zar

YOU SHOULD KNOW...

Note that the ground floor in the UK is the first floor in Vietnam; the first floor in the UK is the second floor in Vietnam, and so on.

accessories
phụ kiện
foo kee-in

cosmetics
mỹ phẩm
mee fam

fashion
thời trang
toy chang

food and drink
đồ ăn thức uống
doh un tooc oong

footwear
giày dép
zay zep

furniture
đồ nội thất
doh noy tat

kitchenware
đồ dùng nhà bếp
doh zoong nya bep

leather goods
đồ da
doh zaa

lighting
đèn
den

lingerie
đồ lót
doh lot

soft furnishings
vải bọc
vie bock

toys
đồ chơi
doh choy

YOU MIGHT SAY...

I'm just looking.
Tôi chỉ xem thôi.
toy chee sam thoy

I'd like to try this on, please.
Làm ơn cho tôi thử cái này.
lam on chor toy too kai nay

Where are the fitting rooms?
Phòng thử đồ ở đâu?
fong too doh oh dow

I'm a size...
Tôi mặc cỡ...
toy mack ker

Have you got a bigger/smaller size?
Bạn có cỡ lớn hơn/nhỏ hơn không?
ban cor ker lon hon/nee-oh hon kong

This is too small/big.
Cái này quá nhỏ/to.
kai nay kwa nee-oh/toh

This is too tight/short/long.
Cái này quá chật/ngắn/dài.
kai nay kwa chat/ngan/zai

This is torn.
Cái này bị rách.
kai nay bee zack

YOU MIGHT HEAR...

Can I help you?
Tôi có thể giúp gì bạn?
toy cor tay zee-oop zee ban

The fitting rooms are over there.
Phòng thay đồ ở đằng kia.
fong thay doh oh dang kee-a

What (dress) size are you?
Bạn mặc cỡ nào?
ban mack ker now

What shoe size are you?
Số giày của bạn là bao nhiêu?
so zay koo-a ban lah bow new

I'm sorry, it's out of stock.
Tôi xin lỗi, cái này đã hết hàng.
toy sin loy, kai nay da het hang

I'm sorry, we don't have that size/colour.
Tôi xin lỗi, chúng tôi không có màu/cỡ đó.
toy sin loy, choong toy kong cor mow/ker doh

That suits you.
Cái đó hợp với bạn.
kai doh hop voy ban

fitting room	umbrella	leather
phòng thử đồ	ô	da
fong too doh	oh	zaa
clothes/clothing	scent	silk
quần áo	hương thơm	lụa
kwan ow	hoo-ung tom	loo-a
shoes/footwear	jewellery	size (clothing)
giày/giày dép	đồ trang sức	cỡ
zay/zay zep	doh chang sook	ker
underwear	wool	size (shoe)
đồ lót	len	số (giày)
doh lot	len	soh (zay)
wallet	denim	to try on
ví tiền	bò	thử
vee tee–in	boh	too
purse	cotton	to fit
ví tiền	bông	vừa
vee tee–in	bong	voo–a

YOU SHOULD KNOW...

It can be quite difficult to find clothes over the UK size of 16, or shoes over the UK size of 10 in Vietnam.

CLOTHING

bikini	blouse	coat
bikini	áo	áo khoác dài
bikini	ow	ow kwack zie

dressing gown
váy choàng
vy choo-ang

dungarees
áo liền quần
ow lien kwan

jacket
áo khoác ngắn
ow kwack ngan

jeans
quần bò
kwan boh

jogging bottoms
quần chạy bộ
kwan chy-ee boh

jumper
áo len
ow len

leggings
quần tất
kwan tat

pants
quần lót
kwan lot

pyjamas
bộ đồ ngủ
boh doh ngoo

shirt
áo sơ mi
ow sor mee

shorts
quần soóc
kwan sock

skirt
váy
vy

socks
tất
tat

sweatshirt
áo nỉ
ow nee

swimsuit
áo bơi
ow boy-ee

(three-piece) suit
bộ com lê
boh com lay

tie
cà vạt
ka vat

tights
tất da chân
tat zaa chan

trousers
quần
kwan

T-shirt
áo phông
ow fong

waterproof jacket
áo chống nước
ow chong noo-ok

ACCESSORIES

baseball cap
mũ lưỡi trai
moo loo-ee chai

belt
thắt lưng
tut loong

bracelet
vòng tay
vong tay

earrings
hoa tai
hwa tie

gloves
găng tay
gang tay

handbag
túi xách
too-ee sack

necklace
vòng cổ
vong cor

scarf
khăn quàng cổ
kan kwan coh

woolly hat
mũ len
moo len

FOOTWEAR

court shoes
giày bịt mũi
zay bit moo-ee

high heels
giày cao gót
zay cao got

lace-up shoes
giày thắt dây
zay tut zay

sandals
dép xăng đan
zep sung dan

slippers
dép đi trong nhà
zep dee chong nya

trainers
giày luyện tập
zay loo-win tap

DIY is not very popular in Vietnam. Hardware and tool shops are mainly for professionals, although people may attempt to do minor repairs at home.

VOCABULARY

home improvements	painting	power tool
hoàn thiện nhà	sơn	công cụ
ho-an tee-in nya	son	kong coo
joinery	decorating	to do DIY
nghề mộc	trang trí	tự sửa chữa
ney mock	chang chee	too soo choo-a

HOME

hammer
búa
boo-a

light bulb
bóng đèn
bong den

nails
đinh
ding

nuts and bolts
bu lông/đinh vít
boo long/ding vit

paint
sơn
son

paintbrush
cọ
cor

pliers
kìm
kim

saw
cưa
coo-a

screwdriver
tô vít
toh vit

screws
ốc vít
ock vit

spanner
cờ lê
kor lay

stepladder
thang xếp
thang sep

tiles
gạch lát
gack lat

wallpaper
giấy dán tường
zay zan too-ong

wrench
mỏ lết
mor let

GARDEN

garden fork
cái cào
kai cow

gardening gloves
găng tay làm vườn
gang tay lam voo-on

pruners
kéo cắt tỉa
kee-o cut tee-a

spade
xẻng
seng

trowel
bay
bay

watering can
bình tưới nước
bing too-ee noo-ok

antique shop
cửa hàng đồ cổ
coo-a hang doh coh

barber's
thợ cắt tóc
tor cut tok

beauty salon
cửa hàng làm đẹp
coo-a hang lam dep

bookshop
nhà sách
nya sack

car showroom
showroom ô tô
showroom oh toh

convenience store
cửa hàng tiện lợi
coo-a hang tee-en loy

department store
cửa hàng bách hóa
coo-a hang back hwa

electrical retailer
cửa hàng đồ điện
coo-a hang doh dee-in

estate agency
đại lý bất động sản
die lee but dong san

florist's
cửa hàng hoa
coo-a hang hwa

furniture store
cửa hàng nội thất
coo-a hang noy tat

garden centre
trung tâm bán đồ làm vườn
choong tam ban doh lam voo-on

gift shop
cửa hàng quà tặng
coo-a hang kwar tang

hairdresser's
thợ làm tóc
tor lam tok

hardware shop
cửa hàng dụng cụ
coo-a hang zoong coo

jeweller's
cửa hàng trang sức
coo-a hang chang sook

music shop
cửa hàng âm nhạc
coo-a hang um nyak

optician's
trung tâm nhãn khoa
choong tam ny-an kwah

pet shop
cửa hàng thú cưng
coo-a hang too kung

phone shop
cửa hàng điện thoại
coo-a hang dee-in twoy

shoe shop
cửa hàng giày
coo-a hang zay

stationer's
hàng văn phòng phẩm
hang vun fong fam

tea shop
cửa hàng trà
coo-a hang cha

travel agent's
đại lý du lịch
die lee zoo lick

DAY-TO-DAY | CÔNG VIỆC HÀNG NGÀY

Business meetings, meals with friends, or courses of study...
whatever your day-to-day schedule looks like during your time in
Vietnam, this section deals with the words and phrases you may
require when going on errands, planning outings, and going
about your everyday business.

coffee with milk
cà phê sữa
ka fe soo–a

handle
quai
kwai

cup
cốc
cock

saucer
đĩa
dee–a

YOU MIGHT SAY...

Where are you going?
Bạn đang đi đâu?
ban dang dee dow

What time do you finish?
Mấy giờ bạn xong?
may zer ban song

What are you doing today/tonight?
Hôm nay/tối nay bạn làm gì?
home nay/toy nay ban lam zee

Are you free on Friday?
Bạn có rỗi vào thứ sáu không?
ban cor zoy vow too sow kong

Where/When would you like to meet?
Bạn muốn gặp nhau ở đâu/khi nào?
Ban moon gap ny-ow oh dow/key now

YOU MIGHT HEAR...

I'm at work/uni.
Tôi đang ở chỗ làm việc/ở trường đại học.
toy dang oh chor lam vee-ek/oh choong die hock

I have a day off.
Tôi có một ngày nghỉ.
toy cor mot ngie ngee

I'm going to/planning to...
Tôi sẽ/đang lên kế hoạch...
toy sair/dang len keh ho-wack

Let's meet at 6 p.m./at the restaurant.
Hãy gặp nhau lúc sáu giờ chiều/ở nhà hàng.
hay gap ny-ow look sow zer chee-oo/oh nya hang

I can't meet up at 11 a.m., sorry.
Tôi không thể gặp lúc mười một giờ sáng, xin lỗi.
toy kong tay gap look moy-ee mot zer sang, sin loy

VOCABULARY

to wake up **thức dậy** tooc zay	to leave **rời đi** zoy dee	to meet friends **gặp bạn bè** gap ban beh
to get dressed **mặc áo quần** mack ow kwan	to study **học** hock	to go home **về nhà** veh nya
to arrive **đến** den	to work **làm việc** lam vee-ek	to go to bed **đi ngủ** dee ngoo

Breakfast is regarded as a very important meal in Vietnam. People normally eat a cooked breakfast, for example sticky rice or noodles. A Western-style breakfast is more popular in big cities. Commuters will often buy breakfast from street stalls and eat it on the go or in the office.

VOCABULARY

bread and butter
bánh mì và bơ
bun mee var bur

to spread
quết
kwet

to have breakfast
ăn sáng
un sang

bread and jam
bánh mì và mứt
bun mee var mut

to brew (coffee/tea)
pha (cà phê/trà)
far (ka fe/cha)

to skip breakfast
bỏ bữa sáng
boh boo-a sang

cereal
ngũ cốc
ngoo cock

chocolate spread
sô cô la quết
soh cor la kwet

coffee
cà phê
ka fe

coffee with milk
cà phê sữa
ka fe soo-a

congee
cháo
chow

green tea
trà xanh
cha sang

jam
mứt
mut

orange juice
nước cam
noo-ok cam

peanut butter
bơ lạc
bur lac

rice noodle soup
phở
fer

steamed bun
bánh bao
bun bow

tea
trà
cha

Vietnamese baguette
bánh mỳ
bun mee

Unlike Western meals, there aren't different courses in Vietnamese meals. If people are able to go home for lunch, they will cook a few simple dishes; if they have to stay at work, they will have a set meal – cơm hộp (kom hop) – sold from street stalls or delivered to the office. Dinner is very important so there will normally be quite a few nutritious and delicious cooked dishes.

YOU MIGHT SAY...

What's for dinner?
Bữa tối ăn gì?
boo-a toy un zee

What time is lunch?
Mấy giờ ăn trưa?
may zer un choo-a

Can I try it?
Tôi có thể thử không?
toy cor tay too kong

YOU MIGHT HEAR...

We're having ... for dinner.
Chúng ta ăn ... vào bữa tối.
choong tar un ... vow boo-a toy

Lunch is at midday.
Bữa trưa lúc mười hai giờ.
boo-a choo-a look moy-ee high zor

Dinner's ready!
Bữa tối đã sẵn sàng!
boo-a toy da san sang

VOCABULARY

lunch	supper	to have lunch
bữa trưa	**bữa ăn khuya**	**ăn trưa**
boo-a choo-a	boo-a un kwy-a	un choo-a
dinner	recipe	to have dinner
bữa tối	**công thức**	**ăn tối**
boo-a toy	kong tooc	un toy

YOU SHOULD KNOW...

Western-style food is becoming more and more popular in Vietnam, mainly with young people. However, the food is often adjusted to satisfy Vietnamese taste buds.

STAPLE FOODS

broken rice
cơm tấm
kom tam

glass noodles
miến
mee-an

instant noodles
mỳ ăn liền
mee ann lee-en

rice
cơm
kom

rice vermicelli
bún
boon

sticky rice
xôi
soy

CLASSIC VIETNAMESE DISHES

BBQ pork
bún chả
boon cha

beef noodles
phở bò
fer boh

beef wrapped in betel leaf
chả lá lốt
cha la lot

claypot catfish
cá kho tộ
car kwo toh

fried rice
cơm rang
kom zang

fried tofu
đậu rán
dou zan

122

hot and sour fish soup
canh cá chua
cang kar choo-a

hotpot
lẩu
lou

Hue beef noodles
bún bò Huế
boon boh hoo-e

lemon cured beef salad
bò tái chanh
boh tie chang

lemongrass chicken
gà xào sả ớt
gah sao sar ot

papaya salad
nộm đu đủ
nom doo doo

pillow dumplings
bánh gối
bun goy

pork belly stew
thịt lợn kho
tit lon kwo

roast duck
vịt quay
vit kway

Saigon pancakes
bánh xèo Sài Gòn
bun se-o sai gon

shaking beef
bò lúc lắc
boh luk lak

spring rolls
nem rán
nem zan

steamed fish
cá hấp
car hap

steamed rice rolls
bánh cuốn
bun kwon

stir-fried squid
mực xào
muk sow

stir-fried water spinach
rau muống xào
zow moo-ong sao

summer rolls
gỏi cuốn
goy kwon

sweet and sour pork ribs
sườn xào chua ngọt
soo-on sao choo-a nyot

DESSERTS

banana fritters
chuối chiên
choo-ee chee-an

lotus seed gruel
chè sen
cheh sen

rice ball in syrup
chè trôi nước
cheh choy noo-ok

rice doughnut
bánh rán
bun zan

steamed layer cake
bánh da lợn
bun zar lon

Vietnamese pannacotta
chè khúc bạch
cheh kook back

Vietnam is renowned the world over for its cuisine, so it goes without saying that eating out is an important social experience in Vietnamese culture.

YOU MIGHT SAY...

I'd like to make a reservation.
Tôi muốn đặt trước.
toy moon dat choo-oc

A table for four, please.
Làm ơn cho một bàn cho bốn người.
lam on chor mot ban chor bone ngoy

We're ready to order.
Chúng tôi đã sẵn sàng để gọi món.
choong toy da san sang deh goy mon

What would you recommend?
Bạn có thể gợi ý cái gì không?
ban cor tay goy ee kai zee kong

What are the specials today?
Hôm nay có gì đặc biệt?
home nay cor zee dack bee-it

I'd like...
Tôi muốn...
toy moon

Are there vegetarian/vegan options?
Có món cho người ăn chay/thuần chay không?
cor mon chor ngoy un chay/too-an chay kong

I'm allergic to...
Tôi bị dị ứng với...
toy bee zee oong voy

Excuse me, this is too cold.
Xin lỗi, cái này quá nguội.
sin loy kai nay kwar ngo-ee

This is not what I ordered.
Đây không phải là món tôi đã gọi.
day kong fie lah mon toy da goy

That was delicious.
Thật là ngon.
tat lah ngon

May we have the bill, please?
Chúng tôi có thể lấy hóa đơn không?
choong toy cor tay lay hwa don kong

YOU SHOULD KNOW...

Traditional street food stalls usually specialize in only one dish, but you can try different dishes from all regions of Vietnam in restaurants, many of which are elegantly decorated in the traditional style of Indochina.

At what time?
Lúc mấy giờ?
look may zer

I would recommend...
Tôi muốn giới thiệu...
toy moon zoy tee-oo

How many people?
Bao nhiêu người?
bow new ngoy

The specials today are...
Món đặc biệt hôm nay là...
mon dack bee-it home nay lah

Sorry, we're fully booked.
Xin lỗi, chúng tôi đã hết bàn.
sin loy, choong toy da het ban

I will let the chef know.
Tôi sẽ cho đầu bếp biết.
toy sair chor dow bep bee-it

Would you like anything to drink?
Bạn có muốn uống gì không?
ban cor moon oong zee kong

Enjoy your meal!
Chúc ăn ngon miệng!
chook un ngon mee-ing

Are you ready to order?
Bạn đã sẵn sàng để gọi món chưa?
ban dah san sang deh goy mon choo-a

Would you like anything else?
Bạn có cần gì nữa không?
ban cor can zee noo-a kong

VOCABULARY

set menu
thực đơn sẵn
took don san

vegetarian
ăn chay
un chay

to order
gọi món
goy mon

daily specials
món đặc biệt hàng ngày
mon dack bee-it hang ngie

vegan
chay thuần
chay too-an

to ask for the bill
gọi hóa đơn
goy hwa don

service charge
phí dịch vụ
fee zich voo

gluten-free
không chứa gluten
kong choo-a gluten

to be served
được phục vụ
doo-ok fook voo

place mat
tấm lót đĩa
tan lot dee-a

chopsticks
đũa
doo-a

teacup
chén
chen

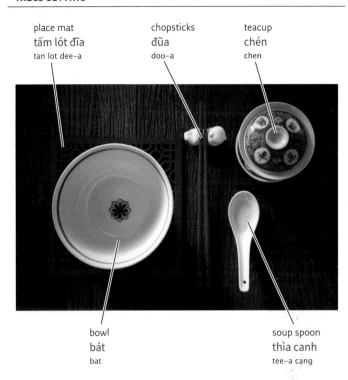

bowl
bát
bat

soup spoon
thìa canh
tee-a cang

GENERAL

bar
quán bar
kwan bar

bill
hóa đơn
hwa don

chilli sauce
tương ớt
too-ong ot

menu
thực đơn
took don

salt cellar
lọ muối
lor moo-ee

soy sauce and vinegar
tương và giấm
too-ong var zam

spirit glass
ly rượu
lee zoo-or

serviette
khăn ăn
kun un

tablecloth
khăn trải bàn
kan chai ban

teaset
bộ ấm chén
boh um chen

toothpicks
tăm
tum

waiter/waitress
người phục vụ
ngoy-ee fook voo

There are different types of fast food available in Vietnam, although the majority are Western-style foods.

YOU MIGHT SAY...

I'd like to order, please.
Làm ơn cho tôi gọi món.
lam on chor toy goy mon

Do you deliver?
Bạn có giao hàng không?
ban cor zao hang kong

I'm sitting in/taking away.
Tôi ăn ở đây/mang đi.
toy un oh day/mang dee

That's everything, thanks.
Hết rồi, cảm ơn.
het zoi, kam on

YOU MIGHT HEAR...

Can I help you?
Tôi có thể giúp gì bạn?
toy cor tay zee-oop zee ban

Sit-in or takeaway?
Ăn ở đây hay mang đi?
un oh day hay mang dee

We do/don't do delivery.
Chúng tôi giao hàng/không giao hàng.
choong toy zao hang/kong zao hang

Would you like anything else?
Bạn có muốn gì nữa không?
ban cor moon zee noo-a kong

VOCABULARY

fast-food chain
chuỗi cửa hàng ăn nhanh
choo-ee coo-a hang un nyan

food stall
gian hàng thực phẩm
zan hang took fam

street food
thức ăn đường phố
tooc un doo-ong foh

vendor
người bán
ngoy-ee ban

drive-thru
lái xe qua
lie sair kwar

an order to go/
a takeaway
gọi món để mang đi
goy mon deh mang dee

delivery charge
phí giao hàng
fee zao hang

to place an order
đặt hàng
dat hang

to collect an order
lấy hàng
lay hang

barbecued squid
mực nướng
muck noo-ong

burger
bánh bơ gơ
bun bur ger

fries
khoai tây chiên
kwai tay chee-en

hot dog
bánh mì kẹp xúc xích
bun mee kep sook sick

kebab
kebab
kay bab

pizza
pizza
pee za

salad
sa lát
sar lat

sandwich
bánh mì kẹp
bun mee kep

set meal box
cơm hộp
kom hop

sushi
sushi
soo see

wonton soup
sủi cảo
soo-ee cow

wrap
cuốn
koo-on

COMMUNICATION AND IT
TRUYỀN THÔNG - CÔNG NGHỆ THÔNG TIN

Technology plays a huge role in people's everyday lives. A mere click, tap, or swipe helps us to stay in touch with friends and family, keep up to date with what's going on, and find the information we need.

YOU MIGHT SAY/HEAR...

I'll give you a call later.
Tôi sẽ gọi cho bạn sau.
toy sair goy chor ban sau

I'll email you.
Tôi sẽ gửi email cho bạn.
toy sair goo-ee email chor ban

What's your number?
Số điện thoại của bạn là gì?
so dee-in twoy koo-a ban lah zee

This is a bad line.
Đường dây không tốt.
doo-ong zay kong tot

I don't have any signal.
Tôi không có tín hiệu.
toy kong cor tin hee-oo

May I have your email address?
Tôi có thể biết địa chỉ email của bạn không?
toy cor tay bee-it dee-a chee email koo-a ban kong

The website address is...
Địa chỉ trang web là ...
dee-a chee chang web lah

What's the WiFi password?
Mật khẩu wifi là gì?
mat kow wifi lah zee

It's all one word.
Tất cả là một từ.
tat car lah mot too

It's upper/lower case.
Đó là chữ hoa/thường.
doh lah choo hwo/too-ong

VOCABULARY

post
bài đăng
bye dang

social media
truyền thông xã hội
chewin thong sar hoy

email
thư điện tử
too dee-in too

email address
địa chỉ email
dee-a chee email

internet
mạng/internet
mang/internet

WiFi
wifi/mạng không dây
wifi/mang kong zay

website
trang mạng/website
chang mang/website

link
liên kết
lee-en ket

icon
biểu tượng
bee-oo too-ong

mouse
con chuột
con choot

keyboard
bàn phím
ban fim

app
ứng dụng
oong zoong

data
dữ liệu
zoo lee-oo

mobile phone
điện thoại di động
dee-in twoy zee dong

landline
điện thoại cố định
dee-in twoy cor ding

phone call
cuộc điện thoại
koo-ook dee-in twoy

text message
tin nhắn văn bản
tin nan vun ban

voice mail
thư thoại
too twoy

touchscreen
màn hình cảm ứng
man hin cam oong

screen
màn hình
man hin

button
nút
noot

battery
pin
pin

cable
dây cáp
zay cap

to make a phone call
gọi điện thoại
goy dee-in twoy

to send a text
gửi tin nhắn
goo-ee tin nan

to post (online)
đăng (lên mạng)
dang (len mang)

to download/upload
tải về/tải lên
tie veh/tie len

to charge your phone
sạc điện thoại
sark dee-in twoy

to switch on/off
bật/tắt
but/tut

to click on
nhấp vào
nyap vow

YOU SHOULD KNOW...

Computers in Vietnam come with QWERTY keyboards. Vietnamese characters can be typed by using an add-on application or by turning on the Vietnamese keyboard mode installed on the computer.

charger
bộ sạc
boh sark

computer
máy tính
may ting

mouse mat
bàn di chuột
ban zee choot

phone case
vỏ điện thoại
voh dee-in twoy

power pack
cục sạc
cooc sack

SIM card
thẻ sim
tay sim

smartphone
điện thoại thông minh
dee-in twoy tong ming

tablet
máy tính bảng
may tee-en bang

wireless router
bộ phát wifi
boh fat wifi

Compulsory eduction in Vietnam begins at the age of 6 or 7 and continues for 5 years of primary school and 4 years of junior middle school. Nursery school and senior middle school are optional, although most parents send their children to both.

YOU MIGHT SAY...

What are you studying?
Bạn đang học gì?
ban dang hock zee

What year are you in?
Bạn đang học năm thứ mấy?
ban dang hock nam too may

What's your favourite subject?
Môn học ưa thích của bạn là gì?
mon hock oo-a thick koo-a ban lah zee

YOU MIGHT HEAR...

I'm studying...
Tôi đang học...
toy dang hock

I'm in Year 6/my final year.
Tôi đang học lớp 6/năm cuối.
toy dang hock lop sow/nam koo-ee

I have an assignment.
Tôi có một bài tập.
toy cor mot bye tap

VOCABULARY

nursery school
trường mẫu giáo
choong mow zao

primary school
trường tiểu học
choong tee-u hock

junior/senior middle school
trung học cơ sở
choong hock ker soh

college
trường cao đẳng
choong cow dang

university
trường đại học
choong die hock

headteacher
hiệu trưởng
hee-oo choong

janitor
giám thị
zam tee

timetable
thời gian biểu
toy zan bee-oo

lesson
bài học
bye hock

lecture
bài giảng
bye zan

tutorial
buổi phụ đạo
boo-ee foo dow

assignment
bài tập
bye tap

homework	playing field	to teach
bài tập về nhà	**sân thể thao**	**dạy**
byc tap veh nya	san tay tow	zay

exam	playground	to revise
kỳ thi	**sân chơi**	**ôn tập**
key tee	san choy	own tap

degree	halls of residence	to sit an exam
bằng cấp	**ký túc xá**	**thi**
bang cap	key took sar	tee

undergraduate	student union	to pass/fail an exam
bậc đại học	**hội sinh viên**	**thi đỗ/trượt**
buck die hock	hoy sing vi-en	tee dor/choo-ot

postgraduate	student card	to graduate
sau đại học	**thẻ sinh viên**	**tốt nghiệp**
sow die hock	tay sing vi-en	tot ngee-ip

assembly hall	to learn	to study
hội trường	**học**	**học**
hoy choong	hock	hock

YOU SHOULD KNOW...

Most Vietnamese schools have a school uniform policy. There are strict rules about wearing accessories.

SCHOOL

classroom	colouring pencils	eraser
lớp học	**bút chì màu**	**tẩy**
lop hock	boot chee mow	tay

exercise book
vở bài tập
ver bye tap

felt-tip pens
bút dạ
boot zar

fountain pen
bút máy
boot may

hole punch
cái đục lỗ
kai dook lor

paper
giấy
zay

paper clip
kẹp giấy
kep zay

pen
bút
boot

pencil
bút chì
boot chee

pencil case
hộp bút
hop boot

pupil
học sinh
hock sing

ruler
thước kẻ
thoo-ock keh

schoolbag
cặp sách
cup sack

scissors
kéo
kee-o

sharpener
cái gọt bút chì
kai got boot chee

stapler
cái dập ghim
kai zap geem

teacher
giáo viên
zow vi-en

textbook
sách giáo khoa
sack zao kwah

whiteboard
bảng trắng
bang chang

HIGHER EDUCATION

campus
khuôn viên
kwon vi-en

canteen
nhà ăn
nya un

lecture hall
giảng đường
zan doo-ong

lecturer
giảng viên
zan vi-en

library
thư viện
too vi-en

student
sinh viên
sing vi-en

Office hours tend to be from 8 a.m. to 6 p.m. Many businesses will have a lunch break of between one and two hours, though this is now less commonplace in larger Vietnamese cities.

YOU MIGHT SAY/HEAR...

Can we arrange a meeting?
Chúng ta có thể sắp xếp một cuộc họp không?
choong ta cor tay sup sep mot koo-ok hop kong

May I speak to...?
Tôi có thể nói chuyện với ... không?
toy cor tay nohi chewin voy ... kong

Can you send me...?
Bạn có thể gửi cho tôi ... không?
ban cor tay goo-ee chor toy ... kong

I have a meeting with...
Tôi có một cuộc họp với...
toy cor mot koo-ok hop voy

Mr/Ms ... is on the phone.
Ông/bà ... đang nghe điện thoại.
ong/bah ... dang ngey dee-in twoy

Here's my business card.
Đây là danh thiếp của tôi.
day lah zan tee-ip koo-a toy

Who's calling?
Ai đang gọi đến ạ?
eye dang goy den ah

Can I call you back?
Tôi có thể gọi lại cho bạn không?
toy cor tay goy lie chor ban kong

VOCABULARY

manager **người quản lí** ngoy kwan lee	client **khách hàng** kack hang	spreadsheet **bảng tính** bang tee-en
staff **nhân viên** nyan vi-en	human resources **nhân sự** nyan soo	presentation **thuyết trình** too-weet ching
colleague **đồng nghiệp** dong ngee-ip	figures **số liệu** soh lee-oo	report **báo cáo** bow cow

meeting	inbox	to give a presentation
cuộc họp	**hộp thư đến**	**thuyết trình**
koo-ok hop	hop too den	too-weet ching

conference call	attachment	to hold a meeting
điện thoại hội nghị	**tập tin đính kèm**	**tổ chức buổi họp**
dee-in twoy hoy ngee	tap tin ding kem	tor chook boo-ee hop

video conference	username	to log on
hội nghị truyền hình	**tên tài khoản**	**đăng nhập**
hoy ngee chewin hin	ten tie kwan	dang nyap

ink cartridge	password	to log off
hộp mực	**mật khẩu**	**đăng xuất**
hop muk	mat kow	dang soo-at

YOU SHOULD KNOW...

At lunchtime, eating at one's office desk rather than taking a break with colleagues is seen as unusual, even rude, by many Vietnamese people working in public sectors.

desk
bàn giấy
ban zay

filing cabinet
tủ hồ sơ
too hoh sor

folder
cặp tài liệu
cup tie lee-oo

in/out tray
khay kéo
kay kee-o

laptop
máy tính xách tay
may tee-en sack tay

notepad
sổ tay
soh tay

139

photocopier
máy photocopy
may photocopy

printer
máy in
may in

ring binder
vòng kẹp tài liệu
vong kep tie lee-oo

scanner
máy quét
may kwet

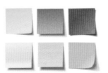

sticky notes
giấy ghi chú
zay gee choo

sticky tape
băng dính
bang zing

telephone
điện thoại
dee-in twoy

swivel chair
ghế xoay
gay xoay

USB stick
thẻ nhớ
tay nee-oh

Most banks are open during normal business hours from Monday to Friday, and also on Saturday mornings, though this can vary.

YOU MIGHT SAY...

I'd like to...
Tôi muốn...
toy moon

... register for online banking.
... đăng ký ngân hàng trực tuyến.
dang key ngan hang chuk too-in

Is there a fee for this service?
Dịch vụ này có tính phí không?
zich voo nay cor ting fee kong

I need to cancel my debit/credit card.
Tôi cần hủy thẻ ghi nợ/tín dụng của tôi.
toy kan hoo-ee tay gee noh/tin zoong koo-a toy

YOU MIGHT HEAR...

May I see your ID, please?
Tôi có thể xem chứng minh thư của bạn được không?
toy cor tay sam choong minh too koo-a ban doo-ook kong

How much would you like to withdraw/deposit?
Bạn muốn rút/gửi vào bao nhiêu tiền?
ban moon zoot/goo-ee vow bow new tee-in

Could you enter your PIN, please?
Xin vui lòng nhập mã số của bạn.
sin voo-ee long nyap mah soh koo-a ban

You must fill out an application form.
Bạn phải điền vào đơn.
ban fie dee-en vow don

VOCABULARY

branch
chi nhánh
chee nyan

cashier
thu ngân
too ngan

online banking
ngân hàng trực tuyến
ngan hang chuk too-in

bank account
tài khoản ngân hàng
tie kwan ngan hang

current/savings account
tài khoản thanh toán/tiết kiệm
tie kwan tan too-an/tee-it kee-em

account number
số tài khoản
so tie kwan

bank balance
số dư ngân hàng
soh zoo ngan hang

currency
tiền tệ
tee-in teh

to withdraw funds
rút tiền
zoot tee-in

bank statement
sao kê ngân hàng
sow ker ngan hang

loan
tiền vay
tee-in vay

to make a deposit
gửi tiền vào
goo-ee tee-in vow

overdraft
thấu chi
thow chee

interest
lãi suất
lie soo-at

to open an account
mở tài khoản
moh tie kwan

bank transfer
chuyển khoản ngân hàng
chewin kwan ngan hang

to borrow
vay
vay

to change money
đổi tiền
doy tee-in

ATM
máy rút tiền
may zoot tee-in

banknotes
tiền giấy
tee-in zay

bureau de change
quầy đổi tiền
kway doy tee-in

debit/credit card
thẻ ghi nợ/tín dụng
tay gee noh/tin zoong

exchange rate
tỷ giá
tee zar

safety deposit box
két an toàn
ket an too-an

Opening hours for post offices will vary widely from place to place, so check what times the local branch opens and closes. Be aware that most post offices will ask about the contents of a parcel; some may even ask to see inside it.

YOU MIGHT SAY...

I'd like to send this by airmail.
Tôi muốn gửi cái này bằng đường hàng không?
toy moon goo-ee kai nay bang doo-ong hang kong

Can I get a certificate of postage, please?
Làm ơn cho tôi một biên lai.
lam on chor toy mot bee-en lie

How long will delivery take?
Thời gian gửi là bao lâu?
toy zan goo-ee lah bow low

I'd like 4 stamps, please.
Tôi muốn mua 4 con tem.
toy moon moo-a bone kon tem

YOU MIGHT HEAR...

Place it on the scales, please.
Vui lòng đặt nó lên bàn cân.
voo-ee long dat noh len ban kan

What are the contents?
Trong này có gì?
chong nay cor zee

What is the value of this parcel?
Giá trị của bưu kiện này là bao nhiêu?
zar chee koo-a boo-u kee-in nay lah bow new

Would you like a certificate of postage?
Bạn có muốn một biên lai không?
ban cor moon mot bee-en lie kong

YOU SHOULD KNOW...

While post offices are still popular with the older generation in Vietnam, express delivery companies are taking over the market with the services they provide, which many Vietnamese people find quicker and more convenient.

VOCABULARY

address	postal van	courier
địa chỉ	**xe đưa thư**	**người đưa thư**
dee-a chee	sair doo-a too	ngoy-ee doo-a too

mail	express delivery	to send
thư	**chuyển phát nhanh**	**gửi**
too	chewin fat nyan	goo-ee

airmail	to post	to return a package
thư đường hàng không	**gửi đi**	**trả lại bưu kiện**
too doo-ong hang kong	goo-ee dee	cha lie boo-u kee-in

box
hộp
hop

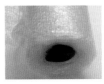

bubble wrap
màng xốp hơi
man sop hoy

envelope
phong bì
fong bee

letter
thư
too

package
gói
goy

postal worker
nhân viên bưu điện
nyan vi-en boo-u dee-in

postbox
hộp thư
hop too

postcard
bưu thiếp
boo-u tee-ip

stamp
tem
tem

YOU MIGHT SAY...

How do I get to...?
Đi đến ... thế nào ạ?
dee den ... tey now ah

I'd like to visit ...
Tôi muốn đến thăm ...
toy moon den tam

I need to go to...
Tôi cần phải đi đến...
toy kan fie dee den

What are the opening hours?
Giờ mở cửa là gì?
zer moh coo-a lah zee

YOU MIGHT HEAR...

It's open between ... and...
Thời gian mở cửa từ ... đến...
toy zan moh coo-a too ... den

It's closed on Mondays.
Nó đóng cửa vào thứ hai.
noh dong coo-a vow too high

café
quán cà phê
kwan ka fe

church
nhà thờ
nya thor

cinema
rạp chiếu phim
zap chee-oo fim

conference centre
trung tâm hội nghị
choong tam hoy ngee

courthouse
tòa án
too-ah an

dry cleaner's
hàng giặt khô
hang zee-at koh

145

fire station
trạm cứu hỏa
cham koo hwa

fountain
đài phun nước
die foon noo-ok

hospital
bệnh viện
benn vi-en

hotel
khách sạn
kack san

library
thư viện
too vi-en

mosque
nhà thờ hồi giáo
nya thor hoy zow

office block
toà nhà văn phòng
to-ah nyah vun fong

park
công viên
kong vi-en

playground
sân chơi
san choy

police station
đồn cảnh sát
don kan sat

retail park
khu bán lẻ
koo ban leh

town hall
trụ sở uỷ ban thành phố
choo soh oo-y ban tan foh

A day trip, a break away, a night out, maybe even a night in – we all like to spend our free time differently. It's also a common topic of conversation with friends and colleagues; who doesn't like talking about holidays, hobbies, and how they like to hang out?

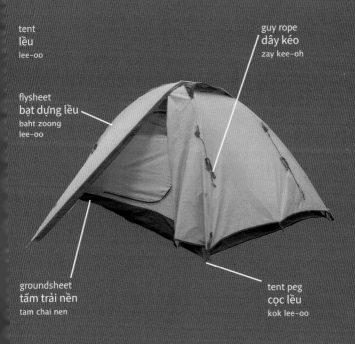

tent
lều
lee-oo

guy rope
dây kéo
zay kee-oh

flysheet
bạt dựng lều
baht zoong
lee-oo

groundsheet
tấm trải nền
tam chai nen

tent peg
cọc lều
kok lee-oo

YOU MIGHT SAY...

What would you like to do?
Bạn muốn làm gì?
ban moon lam zee

What do you do in your spare time?
Bạn thích làm gì vào thời gian rảnh?
ban thick lam zee vow toy zee-an zan

Have you got any hobbies?
Bạn có sở thích nào không?
ban cor so thick now kong

Are you sporty/creative/musical?
Bạn có thích thể thao/sáng tạo/âm nhạc không?
ban cor thick tay tow/sang tow/amm nyac kong

Do you enjoy...?
Bạn có thích ... không?
ban cor thick ... kong

How did you get into...?
Vì sao bạn thích...?
vee sow ban thick

YOU MIGHT HEAR...

My hobbies include...
Sở thích của tôi bao gồm...
so thick koo-a toy bow gom

I like...
Tôi thích...
toy thick

I really enjoy it.
Tôi rất thích nó.
toy zat thick noh

It's not for me.
Nó không hợp với tôi.
noh kong hop voy toy

I'm going on holiday.
Tôi đang đi nghỉ.
toy dang dee ngey

I have/don't have a lot of spare time.
Tôi có/không có nhiều thời gian rảnh.
toy cor/kong cor new toy zee-an zan

VOCABULARY

activity
hoạt động
hwat doong

hobby/pastime
sở thích
so thick

to be interested in
quan tâm đến
kwan tum den

to pass the time
để giết thời gian
dee zee-et toy zan

to relax
thư giãn
too zan

to enjoy
thưởng thức
toong took

cooking
nấu ăn
now an

DIY
tự tay làm lấy
too tay lam lay

gaming
chơi điện tử
choy dee-in too

going to karaoke
đi hát karaoke
dee hat ka-ra-oh-ke

jogging
chạy bộ
chy-ee bor

listening to music
nghe nhạc
ngee nyac

reading
đọc sách
dock sack

shopping
mua sắm
moo-a sum

sports
chơi thể thao
choy teh tow

travelling
đi du lịch
dee zoo lik

walking
đi bộ
dee bor

watching TV/films
xem tivi/phim
sam tv/fim

Vietnam is one of the most popular tourist destinations in Asia – given its wealth of sightseeing opportunities and diverse cultures, it's easy to see why.

YOU MIGHT SAY...

How much is it to get in?
Vé vào cửa giá bao nhiêu tiền?
veh vow coo-a zar bow new teen

Is there a discount for...?
Có giảm giá cho ... không?
cor zam zar cho ... kong

Where is the tourist office?
Trung tâm thông tin cho khách du lịch nằm ở đâu?
chung tum tong tin cho kack zoo lik nam oh dow

Are there sightseeing tours?
Có tour tham quan nào không?
cor tour tham kwan now kong

YOU MIGHT HEAR...

Entry costs...
Vé vào cửa giá...
veh vow coo-a zar

The tourist office is located...
Trung tâm thông tin cho khách du lịch nằm ở...
chung tum tong tin cho kack zoo lik nam oh

Audio guides are/are not available.
Có/không có máy thuyết minh tự động
cor/kong cor my too-weet ming tur doong

VOCABULARY

tourist
khách du lịch
kack zoo lik

tourist attraction
điểm du lịch
deem zoo lik

excursion
chuyến thăm quan
chwin tam kwan

camera
máy ảnh
my ann

city map
bản đồ thành phố
ban doh tan foh

tour guide
hướng dẫn viên du lịch
hoong zan vee-in zoo lik

guided tour
tour có hướng dẫn
tour coh hoong zun

audio guide
máy thuyết minh tự động
my too-weet ming too doong

to visit
đi thăm
dee tam

art gallery
phòng trưng bày
nghệ thuật
fong chung buy ngeh twat

gardens
vườn hoa
voo-on hoa

guidebook
sách hướng dẫn
sack hoong zan

historical site
di tích lịch sử
zee tik lik soo

mausoleum
lăng
lang

monument
tượng đài
too-ong die

museum
bảo tàng
bow tang

pagoda
chùa
choo-a

palace
cung điện
koong dee-in

sightseeing bus
xe buýt tham quam
sair bweet tam kwan

temple
đền
den

tourist office
văn phòng thông
tin du lịch
van fong tong tin zoo lik

151

When it comes to nightlife in Vietnam's towns and cities, check the local tourist office for information on local events and venues.

YOU MIGHT SAY...

What is there to do at night?
Tôi có thể làm gì vào buổi tối?
toy cor tay lam zee vow boo-ee toy

What's on at the cinema/theatre?
Tối nay ở rạp chiếu phim/nhà hát có gì?
toy nay oh zap chee-u fim/nya hat cor zee

Where are the best bars/clubs?
Các quán bar/câu lạc bộ nổi tiếng nhất ở đâu?
kak kwan bar/kow lac bor noy tee-ing nyut oh dow

Do you want to go and see a...?
Bạn có muốn đi xem ... không?
ban cor moon dee sam ... kong

Are there tickets for...?
Còn vé cho ... không?
kon veh cho ... kong

Two seats in the stalls, please.
Làm ơn cho tôi hai vé ở tầng một.
lam on cho toy hai veh oh tang mot

What time does it start?
Mấy giờ chương trình bắt đầu?
mai za chong ching bat dow

YOU MIGHT HEAR...

There are no tickets left.
Hết vé rồi.
het veh zoi

It begins at 7 o'clock.
Nó bắt đầu lúc bảy giờ.
noh bat dow look bay za

The nightlife is great around here.
Cuộc sống về đêm ở đây rất phong phú.
koo-ok song veh dem oh day zat fong foo

I'm going for a few drinks/to the theatre/dancing.
Tôi sẽ đi uống/đi nhà hát/đi nhảy.
toy sair dee oong/dee nya hat/dee nay

There's a film/show I'd like to see.
Có một bộ phim/chương trình tôi muốn xem.
cor mot bor fim/chong ching toy moon sam

Please turn off your mobile phones.
Làm ơn tắt điện thoại di động.
lam on tut dee-in twoy zee doong

VOCABULARY

drinks
đồ uống
doh oong

play
kịch
kick

to order food/drinks
gọi đồ ăn/đồ uống
goy doo ann/doh oong

nightlife
cuộc sống về đêm
koo-ok song veh dem

festival
lễ hội
le hoy

to see a show
xem một chương trình
sam mot chong ching

party
tiệc
teek

box office
phòng bán vé
fong ban veh

to watch a film
xem một bộ phim
sam mot bor fim

show
buổi biểu diễn
boo-ee bee-oo zee-in

to socialize
giao lưu
zow loo

to go dancing
đi nhảy
dee nay

film
phim
fim

to go out
đi chơi
dee choy

to enjoy oneself
tận hưởng
tan hoong

YOU SHOULD KNOW...

There are a couple of very popular evening activities Vietnamese people enjoy: visiting night markets and tea house or café concerts. They are great fun, and everyone visiting Vietnam should consider trying them at least once.

ballet
ba lê
baa lay

bar
quán bar
kwan baa

café
cà phê
ka fe

casino
sòng bạc
song bark

cinema
rạp chiếu phim
zap chee-oo fim

concert
ca nhạc
car nyac

karaoke
karaoke
ka-raa-oh-ke

musical
nhạc kịch
nyac kick

nightclub
câu lạc bộ đêm
kow lac bor dem

night market
chợ đêm
chor dem

opera
opera
oh peh rah

restaurant
nhà hàng
nyah hang

tea house concert
phòng trà ca nhạc
fong cha car nyac

theatre
nhà hát
nya hat

water puppet show
múa rối nước
moo-a zoy noo-ok

Vietnam regularly tops the tables for one of Asia's most visited countries, and there's a vast range of accommodation available for visitors, from high-end hotels to cosy roadside inns offering bed and breakfast.

YOU MIGHT SAY...

I have a reservation.
Tôi đã đặt phòng.
toy da dat fong

Have you got rooms available?
Bạn còn phòng trống nào không?
ban kon fong chong now kong

How much is it per night?
Phòng giá bao nhiêu tiền một đêm?
fong zar bow new teen mot dem

Is breakfast included?
Có bao gồm bữa sáng không?
cor bow gom boo-a sang kong

I'd like to check in/out, please.
Làm ơn cho tôi nhận/trả phòng.
lam on cho toy nan/cha fong

What time is breakfast served?
Bữa sáng được phục vụ lúc mấy giờ?
boo-a sang doo-ok fook voo look mai za

I'd like to book a single/double room, please.
Tôi muốn đặt một phòng đơn/đôi.
toy moon dat mot fong don/doy

What time do I have to check out?
Tôi phải trả phòng lúc mấy giờ?
toy fie cha fong look mai za

Could I upgrade my room?
Tôi có thể nâng cấp phòng của tôi được không?
toy cor tay nang cap fong koo-a toy doo-ok kong

I need fresh towels for my room.
Tôi cần khăn sạch trong phòng.
toy can kan sack chong fong.

I've lost my key.
Tôi bị mất chìa khoá.
toy bee mat chee-a kwah

I'd like to make a complaint.
Tôi muốn phàn nàn.
toy moon fan nan

YOU SHOULD KNOW...

When checking in to your hotel, you may be expected to fill out a registration form and provide your passport number so that your stay can be registered with the local police. If the hotel asks to keep your passport during your stay, you should say no and provide a photocopy of your passport instead.

YOU MIGHT HEAR...

We have/don't have rooms available.
Chúng tôi còn/không còn phòng trống.
chung toy con/kong con fong chong

Our rates are...
Giá của chúng tôi là...
zar koo-a chung toy lah

Breakfast is/is not included.
Có/không bao gồm bữa sáng.
cor/kong bow gom boo-a sang

Breakfast is served at...
Bữa sáng được phục vụ vào lúc...
boo-a sang doo-ok fook voo vow look

May I have your room number, please?
Xin lỗi, số phòng của bạn là gì?
sin loi, so fong koo-a ban lar zee

May I see your documents, please?
Tôi có thể xem giấy tờ được không?
toy cor tay sam zay tow doo-ok kong

You may check in after...
Bạn có thể nhận phòng sau...
ban cor tay nan fong sau

You must check out before...
Bạn phải trả phòng trước...
ban fie cha fong troo-ok

VOCABULARY

inn
nhà trọ
nyah cho

guest house
nhà nghỉ
nyah ngey

room only
riêng giá phòng
zing zar fong

full board
bao gồm ba bữa
bow gom baa boo-a

half board
giá bao gồm hai bữa
zar bow gom high boo-a

room service
dịch vụ phòng
zick voo fong

wake-up call
gọi điện báo thức
goy deen bow took

room number
số phòng
so fong

per person per night
cho một người một đêm
cho mot ngoy mot dem

to check in
nhận phòng
nan fong

to check out
trả phòng
cha fong

to order room service
đặt dịch vụ phòng
dat zick voo fong

corridor
hành lang
hang lan

"do not disturb" sign
biển "không làm phiền"
bee-in "kong lam fee-in"

double room
phòng đôi
fong doy

key card
thẻ chìa khoá
tay chee-a kwar

minibar
tủ mát
too mat

porter
nhân viên hành lý
nhan vee-en han lee

reception
quầy lễ tân
kway leh tan

receptionist
nhân viên lễ tân
nyan vee-in leh tan

safe
két sắt
ket sut

single room
phòng đơn
fong don

toiletries
đồ vệ sinh cá nhân
doh veh sin ca nan

twin room
phòng hai giường đơn
fong hai zee-u-ong don

Camping is gaining in popularity among young people in Vietnam. There are more and more camping sites popping up around the country; you can check online for recommendations and reviews.

YOU MIGHT SAY...

Have you got spaces available?
Bạn còn chỗ nào không?
ban kon chor now kong

I'd like to book for ... nights.
Tôi muốn đặt cho ... đêm.
toy moon dat cho ... dem

How much is it per night?
Bao nhiêu tiền một đêm?
bow new teen mot dem

Where is the toilet/shower block?
Phòng vệ sinh/phòng tắm ở đâu?
fong veh sin/fong tum oh dow

Is the water drinkable?
Nước này có uống được không?
noo-ok nay cor oong doo-ok kong

YOU MIGHT HEAR...

We have spaces available.
Chúng tôi còn chỗ.
chung toy kon chor

We don't have spaces available.
Chúng tôi không còn chỗ.
chung toy kong kon chor

It costs ... per night.
Giá ... một đêm.
zar ... mot dem

The toilets/showers are located...
Phòng vệ sinh/phòng tắm nằm ở...
fong veh sin/fong tum nam oh

The water is/is not drinkable.
Nước này uống được/không uống được.
noo-ok nay oong doo-ok/kong oong doo-ok

VOCABULARY

camper
người cắm trại
ngoy come chai

campsite
khu vực cắm trại
koor vook come chai

pitch
chỗ dựng lều
chor zoong lee-oo

electricity hook-up
nối điện
noy dee-in

toilet/shower block
phòng vệ sinh/
phòng tắm
fong veh sin/fong tam

groundsheet
tấm trải nền
tum chai nen

to camp	to pitch a tent	to take down a tent
cắm trại	dựng lều	hạ lều
come chai	zoong lee-oo	har lee-oo

YOU SHOULD KNOW...

If you plan on holidaying with a caravan in Vietnam, remember that you will need a valid Vietnamese driving licence if you want to drive. Caravans are not very common in Vietnam.

air bed
đệm hơi
dem hoi

camping stove
bếp cắm trại
bep come chai

caravan
xe caravan
sair car rah van

cool box
hộp lạnh
hop lan

matches
diêm
zee-im

motorhome
nhà lưu động
nyah loo doong

sleeping bag
túi ngủ
too-ee ngoo

tent
lều
lee-oo

torch
đèn pin
den pin

Vietnam has over 3,200 km of coastline, running along the east side of the country. There are rocky cliffs, sandy beaches, and remote islands, all well worth visiting.

YOU MIGHT SAY...

Is there a good beach nearby?
Gần đây có bãi biển nào đẹp không?
gan day cor bye bee-in now dep kong

Is swimming permitted here?
Ở đây có được bơi không?
oh day cor doo-ok boy-ee kong

Is the water cold?
Nước có lạnh không?
noo-ok cor lan kong

Can we hire...?
Chúng tôi có thể thuê ... được không?
chung toy cor tay twe ... doo-ok kong

Help! Lifeguard!
Cứu! Cứu hộ!
koo! koo hoh

YOU MIGHT HEAR...

This is a public beach.
Đây là bãi biển công cộng.
day lar bye bee-in kong kong

Swimming is allowed/forbidden.
Ở đây được/cấm bơi.
oh day doo-ok/cam boy-ee

Swimming is/is not supervised.
Bơi được/không được giám sát.
boy-ee doo-ok/kong doo-ok zam sat

The water is warm/cold/freezing!
Nước ấm/lạnh/rất lạnh!
noo-ok amm/lan/zat lan

You can hire...
Bạn có thể thuê...
ban cor tay twe

YOU SHOULD KNOW...

Public beaches are not always monitored, unless they belong to a hotel or resort. Also, you should always check to find out whether sunbathing is permitted.

VOCABULARY

seaside	"No swimming."	"No sunbathing"
bờ biển	"Không được bơi"	"Không được tắm nắng"
bor bee-in	kong doo-ok boy-ee	kong doo-ok tum nang

bathing zone	beach hut	to swim
khu vực tắm	lều bãi biển	bơi
koor vook tum	lee-oo bye bee-in	boy-ee

lifeguard	to sunbathe	to relax
nhân viên cứu hộ	tắm nắng	thư gi.n
nyan vee-en koo hoh	tum nang	too zan

GENERAL

---

beach ball
bóng bãi biển
bong bye bee-in

bikini
áo bơi hai mảnh
ow boy-ee high man

deckchair
ghế bố
gay boh

flip-flops
dép tông
zep tong

flippers
chân nhái
chan nhye

hammock
võng
voo-ong

mud bath
tắm bùn
tum boon

sandcastle
lâu đài cát
low dye kat

seashells
vỏ sò
voh sore

seaweed
tảo biển
tow bee-in

sunglasses
kính râm
kin zam

sunhat
mũ che nắng
moo che nang

suntan lotion
kem chống nắng
kem chong nang

swimming trunks
quần bơi
kwan boy-ee

swimsuit
áo tắm
ow tam

THE SEASIDE

beach towel	sand	sea	waves	parasol
khăn tắm bãi biển	cát	biển	sóng	dù che
kan tum bye bee-in	kat	bee-in	song	zoo che

YOU MIGHT SAY...

I enjoy listening to music.
Tôi thích nghe nhạc.
toy thick ngey nyac

I'm learning to play...
Tôi đang học chơi...
toy dang hok choy

What kind of music do you like?
Bạn thích loại nhạc nào?
ban thick luai nyac now

YOU MIGHT HEAR...

I like/don't like...
Tôi thích/không thích...
toy thick/kong thick

My favourite group is...
Nhóm nhạc yêu thích của tôi là...
nom nyac yee-oo thick koo-a toy lah

There's a good music scene here.
Hoạt động âm nhạc ở đây rất sôi động.
hwat doong amm nyac oh day zat soy doong

VOCABULARY

song
bài hát
bye hat

album
tuyển tập nhạc/album
too-win tap nyac/aan boom

band
ban nhạc
ban nyac

singer-songwriter
ca sĩ-nhạc sĩ
car see-nyac see

live music
nhạc sống
nyac song

gig
buổi biểu diễn
boo-ee bee-oo zee-in

CD
đĩa CD
deer seh-deh

DJ
người chỉnh nhạc/DJ
ngoy chin nyac/DJ

vinyl record
đĩa nhựa
deer noo-a

turntable
máy quay đĩa
may kway deer

microphone
micro
mee ca roh

pop
nhạc nhẹ
nyac nee-eh

rock
nhạc rock
nyac rock

rap
nhạc rap
nyac rap

classical
nhạc cổ điển
nyah cor deen

jazz
nhạc jazz
nyac jazz

traditional music
nhạc dân tộc
nyac zan tock

to play an instrument
chơi nhạc cụ
choy nyac coo

163

to sing	to listen to music	to go to gigs
hát	nghe nhạc	đi xem biểu diễn
hat	ngey nyac	dee sam bee-oo zee-in

Most concerts held in theatres and stadiums feature pop, classical, or jazz music. You may need to do a bit of research to find a gig for other music genres in Vietnam.

EQUIPMENT

earphones
tai nghe
tie ngeh

headphones
tai nghe chụp
tie ngeh choop

speakers
loa
low-ah

MUSICAL INSTRUMENTS

accordion
đàn accordion
dan ah-coor-dee-ong

acoustic guitar
đàn ghi ta thùng
dan guitar tung

bass drum
trống bass
chong bat

bass guitar
ghi ta bass
dan guitar bat

cello
đàn vi-ô-lông-xen
dan vee-oh-long-sen

clarinet
kèn clarinet
ken car-lah-ree-net

cymbals
chũm choẹ
choom che

double bass
đàn công-tra-bát
dan kong-tra-bat

drum
trống
chong

electric guitar
ghi ta điện
dan guitar dee-in

flute
sáo
sow

harp
đàn hạc
dan hak

keyboard
đàn oóc
dan ock

mouth organ
đàn môi
dan moy

piano
đàn piano
dan pee-ah-noh

saxophone
kèn saxophone
ken sack-so-fone

trombone
kèn trombone
ken trom-bone

trumpet
kèn trumpet
ken trum-pet

tuba
kèn tuba
ken too-bah

violin
đàn vi-ô-lông
dan vee-oh-lon

xylophone
đàn mộc cầm
dan mock-cam

TRADITIONAL VIETNAMESE INSTRUMENTS

monochord
đàn bầu
dan bow

moon lute
đàn nguyệt
dan ngwiet

zither
đàn tranh
dan chan

GENERAL MUSIC

choir
dàn hợp xướng
zan hop soo-ung

conductor
chỉ huy nhạc
chee hoo-ee nyac

musician
nhạc công
nyac kong

orchestra
dàn nhạc
zan nyac

sheet music
bản nhạc
ban nyac

singer
ca sĩ
ka see

Can I take photos here?
Tôi có thể chụp ảnh ở đây
được không?
toy cor tay choop ann oh day doo-ok
kong

Say cheese!
Cười lên nào!
coo-oi len now

VOCABULARY

photographer
nhiếp ảnh gia
nee-ip ann zaa

selfie
ảnh tự chụp
ann too choop

to take a photo/selfie
chụp ảnh/ảnh tự chụp
choop ann/ann too choop

photo
ảnh
ann

selfie stick
gậy tự chụp ảnh
gay too choop ann

to zoom in
phóng to
fong tor

camera lens
ống kính máy ảnh
ong kin my ann

compact camera
máy ảnh số
my ann sore

drone
máy bay không
người lái
my bay kong ngoy lie

DSLR camera
máy ảnh DSLR
my ann DSLR

SD card
thẻ nhớ
teh nyo

tripod
chân máy ảnh
chan my ann

Board games like chess (both the familiar Western version and Chinese chess) are popular with the older generation, who like to go to community centres to meet up with friends and play together. Younger people tend to prefer computer and phone games.

YOU MIGHT SAY...

Shall we play a game?
Chúng ta chơi được không?
choong ta choy doo-ok kong

What would you like to play?
Bạn muốn chơi gì?
ban moon choy zee

How do you play?
Chơi thế nào?
choy tay now

YOU MIGHT HEAR...

It's your turn.
Đến lượt bạn.
den lwot ban

Time's up!
Hết giờ rồi!
het za zoi

Shall we play something else?
Chúng ta chơi cái khác được không?
choong ta choy kye cark doo-ok kong

VOCABULARY

player
người chơi
ngoy choy

poker
bài poker
bye pock-kor

games console
máy chơi điện tử
may choy dee-in too

game controller
tay cầm điều khiển trò chơi
tay came dee-oo kwin cho choy

video game
trò chơi điện tử
cho choy dee-in too

virtual reality headset
kính thực tế ảo
kin took te ow

draughts
cờ đam
kor dam

hand (in cards)
bộ bài
bor bye

to play
chơi
choy

to roll the dice
thả súc sắc
tar sook sak

to win
thắng
tang

to lose
thua
too-a

board game
trò chơi cờ bàn
chor choy kor ban

bowling
bowling
bow-ling

cards
chơi bài
choy bye

chess
cờ vua
kor voo-ah

Chinese chess
cờ tướng
kor toong

crossword
ô chữ
oh choo

darts
phi tiêu
fee tee-oo

dice
súc sắc
sook sak

dominoes
domino
doh-mee-noh

go
cờ vây
kor vay

jigsaw puzzle
xếp hình
sep hin

mahjong
tam cúc
tam kook

There has been a revival in arts and crafts over the last few years in Vietnam, especially as some of them are on the lists of national or UNESCO intangible Cultural Heritage. Painting holidays are also becoming increasingly popular.

VOCABULARY

handicrafts	dressmaker	to sew
thủ công	thợ may	may
too kong	tor may	may
artist	to paint	to knit
họa sĩ	vẽ	đan
hwa see	veh	dan
amateur	to sketch	to be creative
nghiệp dư	phác hoạ	sáng tạo
ngee–ip zoo	fack howa	sang tow

GENERAL CRAFTS

calligraphy
thư pháp
too fap

cross-stitch
thêu chữ thập
teu choo tap

embroidery
thêu
teu

jewellery-making
làm trang sức
lam chang suk

lacquered picture
tranh sơn mài
chan son my

model-making
làm mô hình
lam mo hin

origami
gấp giấy
gap zay

pottery
làm gốm
lam gom

woodwork
làm mộc
lam mock

ART MATERIALS

calligraphy brush
bút lông
boot long

canvas
vải vẽ
vie veh

easel
giá vẽ
zar veh

ink
mực
muc

oil paint
sơn dầu
son zow

paintbrush
bút vẽ
boot veh

palette
bảng màu
bang mow

paper-cutting
cắt giấy
cut zay

pastels
phấn màu
fan mow

171

sketchpad
sổ phác hoạ
sor fack howa

traditional black ink
mực tàu
muc tow

watercolours
màu nước
mow noo-ok

SEWING ACCESSORIES

ball of wool
cuộn len
koon len

button
cúc
kook

fabric
vải
vie-ee

fabric scissors
kéo cắt vải
kee-o cut vie-ee

knitting needles
kim đan
kim dan

needle and thread
kim và chỉ
kim var chee

safety pin
kim băng
kim bang

sewing machine
máy khâu
my kau

tape measure
thước dây
too-ock zay

Vietnamese people enjoy sports not only as a hobby or a way to keep fit, but also as a means of extending their social networks. There are hundreds of sports and fitness clubs, plus events across the country, that you can get involved with, either as a player or as a spectator. You may be looking to participate in a sport or head to the gym, or you may simply want to chat about how the "V-league" football teams are getting on.

football pitch
khung thành
koong tan

centre circle
vòng tròn trung tâm
vong chon choong tam

penalty box
khu vực phạt đền
koo vook fat den

goal
cầu môn
cow mon

YOU MIGHT SAY...

Where is...?
... ở đâu?
oh dow

I play volleyball/football.
Tôi chơi bóng chuyền/bóng đá.
toy choy bong chewin/bong da

I'd like to book...
Tôi muốn đặt...
toy moon dat

YOU MIGHT HEAR...

Do you do any sports?
Bạn có chơi môn thể thao nào không?
ban cor choy mon tay tow now kong

Do you follow any sports?
Bạn có xem môn thể thao nào không?
ban cor sam mon tay tow now kong

What's your favourite team?
Đội yêu thích của bạn là gì?
doy yee-oo thick koo-a ban lah zee

VOCABULARY

tournament
giải đấu
za-ee dow

competition
cuộc thi
koo-ok tee

league
liên đoàn
lee-en doh-an

champion
nhà vô địch
nya voh dick

competitor
đối thủ
doy too

teammate
đồng đội
dong doy

sportsperson
vận động viên
van dong vi-en

coach
huấn luyện viên
hoo-an loo-win vi-en

manager
huấn luyện viên
trưởng
hoo-an loo-win vi-en
choong

match
trận đấu
chan dow

points
điểm
deem

locker
tủ để đồ
too deh doh

to coach
huấn luyện
hoo-an loo-win

to compete
thi đấu
tee dow

to score
ghi bàn
gee ban

to win
thắng
tang

to lose
thua
too-ah

to draw
hoà
hwa

changing room
phòng thay đồ
fong tay doh

leisure centre
trung tâm giải trí
choong tam za-ee chee

medal
huy chương
hoo-y chong

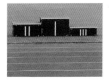

podium
bục
book

referee
trọng tài
chong tie

scoreboard
bảng điểm
bang deem

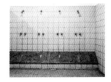

showers
vòi hoa sen
voy hwa sen

spectators
khán giả
kan zar

stadium
sân vận động
sun van dong

stands
khán đài
kan die

team
đội
doy

trophy
chiếc cúp
cheek coop

YOU MIGHT SAY...

I'd like to join the gym.
Tôi muốn tham gia phòng tập thể dục.
toy moon tham zaa fong tap tay zook

I'd like to book a class.
Tôi muốn đặt một lớp học.
toy moon dat mot lop hock

What classes can you do here?
Tôi có thể học các lớp nào ở đây?
toy cor tay hock kak lop now oh day

What are the facilities like?
Cơ sở vật chất thế nào?
ker soh vat chat tay now

YOU MIGHT HEAR...

Are you a member here?
Bạn có phải là thành viên ở đây không?
ban cor fie lah tan vi-en oh day kong

Would you like to book an induction?
Bạn có muốn đặt buổi tập thử không?
ban cor moon dat boo-ee tap too kong

What time do you want to book for?
Bạn muốn đặt lúc mấy giờ?
ban moon dat look may zer

We have 12 different classes.
Chúng tôi có mười hai lớp khác nhau.
choong toy cor moy-ee high lop kak nhau

VOCABULARY

gym
phòng thể dục
fong tay zook

gym instructor
giáo viên thể dục
zao vi-en tay zook

gym membership
thành viên phòng tập
tan vi-en fong tap

personal trainer
huấn luyện viên cá nhân
hoo-an loo-win vi-en car nyan

fitness class
lớp tập thể dục
lop tap tay zook

class timetable
thời khóa biểu lớp học
toy kwah bee-oo lop hock

running club
câu lạc bộ chạy bộ
cow lac boh chy-ee boh

to exercise
tập thể dục
tap tay zook

to keep fit
giữ dáng
zoo zang

to do a fitness class
tham gia lớp tập thể dục
tam zaa lop tap tay zook

to go for a run
đi chạy
dee chy-ee

to go to the gym
đến phòng tập
den fong tap

cross trainer
máy tập chéo
my tap chee-o

dumbbell
tạ đôi
tar doy

exercise bike
xe đạp tập thể dục
sair dap tap tay zook

exercise mat
thảm tập
tam tap

foam roller
ống lăn mát xa
ong lun mat sar

gym ball
bóng tập thể dục
bong tap tay zook

hand weights
tạ tay
tar tay

kettle bell
tạ chuông
tar chong

rowing machine
máy chèo
may chee-o

skipping rope
dây nhảy
zay ny-ay

treadmill
máy chạy bộ
may chy-ee boh

weightlifting bench
ghế tập tạ
gay tap tar

aerobics
thể dục thẩm mỹ
tay zook tam mee

circuit training
luyện tập xoay vòng
loo-win tap sway vong

lunges
bài tập chùng chân
bye tap choong chan

Pilates
pilates
pee lar tee

press-ups
chống đẩy
chong day

running
chạy
chy-ee

sit-ups
ngồi dậy
ngoy zay

spinning
đạp xe
dap sair

squats
bài tập ngồi xổm
bye tap ngoy som

water aerobics
tập thể dục dưới nước
tap tay zook zoo-oi noo-ok

weightlifting
cử tạ
coo tar

yoga
yoga
yoga

Many young Vietnamese people, especially students, love playing basketball; there are basketball courts in every university.

VOCABULARY

layup lên rổ len zoh	to play basketball chơi bóng rổ choy bong zoh	to dribble dẫn bóng zan bong
slam dunk úp rổ oop zoh	to catch bắt bóng but bong	to block cản bóng kan bong
free throw ném phạt nem fat	to throw ném nem	to mark a player kèm người kem ngoy

basket
rổ
zoh

basketball
bóng rổ
bong zoh

basketball court
sân bóng rổ
san bong zoh

basketball game
trận bóng rổ
chan bong zoh

basketball player
cầu thủ bóng rổ
cow too bong zoh

basketball shoes
giày bóng rổ
zay bong zoh

Football is easily the most popular sport in Vietnam. V-league teams have huge numbers of supporters, and Vietnamese people are famous for their big celebrations every time the national team enjoys success in regional tournaments. There are also millions of Vietnamese fans who follow European league matches and the World Cup.

YOU MIGHT SAY...

Are you going to watch the match?
Bạn có định xem trận đấu không?
ban cor ding sam chan dow

What's the score?
Tỉ số là bao nhiêu?
tee so lar bow new

That was a foul!
Đó là một lỗi!
doh lah mot loy

YOU MIGHT HEAR...

I'm watching the match.
Tôi đang xem trận đấu.
toy dang sam chan dow

The score is...
Tỉ số là...
tee so lar

Go on!
Cố lên!
cor len

VOCABULARY

defender
hậu vệ
how veh

striker
tiền vệ
tee–in veh

substitute
thay người
tay ngoy

kick-off
bắt đầu
but dow

half-time
hiệp
hee-ep

full-time
cả trận đấu
car chan dow

extra time
thời gian cộng thêm
toy zan kong tame

injury time
thời gian chấn thương
toy zan chan too-ong

free kick
phạt trực tiếp
fat chuk tee-ip

header
cú đánh đầu
koo dang dow

save
cứu bóng
koo bong

foul
lỗi
loy

offside
việt vị
vee-et vee

to play football
chơi bóng đá
choy bong dar

to tackle
cắt bóng
cut bong

penalty
phạt đền
fat den

to kick
đá
dar

to pass the ball
chuyền bóng
chewin bong

penalty box
khung thành
koong tan

to dribble
rê bóng
zeh bong

to score a goal
ghi bàn
gee ban

football
bóng đá
bong dar

football boots
giày bóng đá
zay bong dar

football match
trận bóng đá
chan bong dar

football pitch
sân bóng đá
san bong dar

football player
cầu thủ bóng đá
cow too bong dar

goal
cầu môn
cow mon

goalkeeper
thủ môn
too mon

whistle
còi
koy

yellow/red card
thẻ vàng/đỏ
tay vang/dor

In addition to table tennis, badminton, and tennis are also hugely popular sports in Vietnam. They are not just played professionally but also as a popular way of keeping fit.

VOCABULARY

ace
phát bóng ăn điểm
fat bong un deem

serve
quả phát bóng
kwar fat bong

backhand
trái tay
chai tay

forehand
thuận tay
twoon tay

fault
lỗi
loy

double fault
lỗi kép
loy kep

rally
loạt đánh bền
load dang ben

singles
đánh đơn
dang don

doubles
đánh đôi
dang doy

top seed
hạt giống hàng đầu
hat zong hang dow

to play tennis
chơi quần vợt
choy kwan voo-ot

to play badminton/squash
chơi cầu lông/bóng quần
choy cow long/bong kwan

to hit
đánh
dang

to serve
phát bóng
fat bong

to break his/her serve
mất điểm khi phát bóng
mat deem kee fat bong

TENNIS

ball boy/girl
người nhặt bóng
ngoy nyat bong

line judge
trọng tài biên
chong tie bee-en

tennis
quần vợt
kwan voo-ot

tennis ball
bóng tennis
bong ten nit

tennis court
sân quần vợt
san kwan voo-ot

tennis player
người chơi quần vợt
ngoy choy kwan voo-ot

tennis racket
vợt tennis
voo-ot ten nit

umpire
trọng tài
chong tie

umpire's chair
ghế trọng tài
gay chong tie

BADMINTON

badminton
cầu lông
cow long

badminton racket
vợt cầu lông
voo-ot cow long

shuttlecock
quả cầu
kwar cow

SQUASH

squash
môn bóng quần
mon bong kwan

squash ball
bóng quần
bong kwan

squash racket
vợt bóng quần
voo-ot bong kwan

Table tennis, or ping-pong, is one of Vietnam's most popular sports. It's enjoyed all over the country, by people of all ages.

YOU MIGHT SAY...

I'd like to learn to play table tennis.
Tôi muốn học chơi bóng bàn.
toy moon hock choy bong ban

I know the basic rules.
Tôi biết các quy tắc cơ bản.
toy bee-it kak kwi tac ker ban

How much is each lesson?
Bao nhiêu tiền mỗi bài học?
bow new tee-in moy-ee bye hock

YOU MIGHT HEAR...

Have you played table tennis before?
Bạn đã từng chơi bóng bàn chưa?
ban dah too-ng choy bong ban choo-a

We have classes for different levels.
Chúng tôi có lớp học cho các trình độ khác nhau.
choong toy cor lop hock chor kak ching doh kak nhau

Each lesson is 200,000 dong.
Mỗi bài học giá hai trăm nghìn đồng.
moy-ee bye hock zah high chum ning dong

VOCABULARY

to play table tennis
chơi bóng bàn
choy bong ban

to receive
đỡ bóng
der bong

to hit the net
chạm lưới
cham loo-ee

to serve
phát bóng
fat bong

to smash
bạt bóng
bat bong

to go off the table
ngoài bàn
ngoy ban

table tennis bat
vợt bóng bàn
voo-ot bong ban

table tennis net
lưới bóng bàn
loo-ee bong ban

table tennis table
bàn bóng bàn
ban bong ban

WATER SPORTS | CÁC MÔN THỂ THAO DƯỚI NƯỚC

There is a whole range of water sports you can try out whilst in Vietnam, by the coast as well as inland. Canoeing and kayaking are more competitor sports than hobbies in Vietnam, while windsurfing and sailing are becoming more popular.

YOU MIGHT SAY...

Can I hire...?
Tôi có thể thuê ... không?
toy cor tay twe ... kong

I'm a keen swimmer.
Tôi là một người bơi giỏi.
toy lah mot ngoy-ee boy-ee zoy

YOU MIGHT HEAR...

You must wear a lifejacket.
Bạn phải mặc áo phao.
ban fie mack ow fao

You can hire...
Bạn có thể thuê...
ban cor tay twe

VOCABULARY

breaststroke	swimming lesson	to swim
bơi ếch	bài học bơi	bơi
boy-ee eck	bye hock boy-ee	boy-ee
backstroke	diving	to dive
bơi ngửa	lặn	lặn
boy-ee ngoo-a	lan	lan
front crawl	diver	to surf
bơi sải	người lặn	lướt sóng
boy-ee sie	ngoy lan	loo-ot song
butterfly	angling	to paddle
bơi bướm	câu cá	đạp chân
boy-ee boo-om	cow car	dap chan
lane	angler	to row
làn	người câu	chèo
lan	ngoy cow	chee-o
length	surfer	to fish
chiều dài	người chơi lướt sóng	câu cá
chee-oo zie	ngoy choy loo-ot song	cow car

armbands
phao đeo tay
fow de-oh tay

diving board
ván nhảy
van ny-ay

goggles
kính bơi
kin boy-ee

swimmer
người bơi
ngoy boy-ee

swimming cap
mũ bơi
moo boy-ee

swimming pool
bể bơi
ber boy-ee

swimming trunks
quần bơi
kwan boy-ee

swimsuit
áo bơi
ow boy-ee

water polo
bóng nước
bong noo-ok

OPEN WATER

bodyboarding
lướt ván nằm
loo-ot van nam

canoeing
đi ca nô
dee car noh

jet ski
mô tô nước
moh toh noo-ok

kayaking
chèo thuyền kayak
chee-o thoo-en kayak

lifejacket
áo phao
ow fao

oars
mái chèo
mai chee-o

paddle
mái chèo
mai chee-o

paddleboarding
môn chèo thuyền đứng
mon chee-o thoo-en doong

scuba diving
lặn
lan

snorkelling
lặn với ống thở
lan voy ong thor

surfboard
ván lướt sóng
van loo-ot song

surfing
lướt sóng
loo-ot song

waterskiing
trượt nước
choo-ot noo-ok

wetsuit
bộ đồ lặn
boh doh lun

windsurfing
lướt ván buồm
loo-ot van boom

The most famous form of combat sport in Vietnam is Vovinam (one of the Vietnamese martial arts). It has a long history and includes hundreds of different styles of fighting. It is important to bear in mind that martial arts has a special place in Vietnamese culture – it's not about aggression and beating the opposition, but about mental training and building character.

YOU MIGHT SAY...

I'd like to learn martial arts.
Tôi muốn học võ.
toy moon hock vor

I'd like to learn some simple moves.
Tôi muốn học một số động tác đơn giản.
toy moon hock mot so dong tack don zan

Where can I find a martial arts teacher?
Tôi có thể tìm một giáo viên võ thuật ở đâu?
toy cor tay tim mot zao vi-en vor twat oh dow

YOU MIGHT HEAR...

There is a martial arts teacher in the park.
Có một giáo viên võ thuật trong công viên.
cor mot zao vi-en vor twat chong kong vi-en

That teacher has been practising for over 30 years.
Giáo viên đó đã tập hơn 30 năm rồi.
zao vi-en doh da tap hon bar moy-ee nam zoy

Tai Chi is a very good form of exercise.
Khí công là một hình thức tập thể dục rất tốt.
khee kong lah mot hin tooc tap tay zook zat tot

VOCABULARY

fight	opponent	headguard
đấu	đối thủ	mũ bảo vệ
dow	doy too	moo bow veh
boxer	wrestling	mouthguard
võ sĩ quyền anh	đấu vật	bảo vệ miệng
vor see quin ann	dow vat	bow veh mee-ing
fighter	fencing	to kick
võ sĩ	đấu kiếm	đá
vor see	dow kee-im	dar

to box
đấm bốc
dam bock

to punch
đấm
dam

to spar
đối tập
doy tap

to wrestle
đấu vật
dow vat

to fence
đấu kiếm
dow kee-im

to knock out
hạ nốc ao
hah nock ow

BOXING

boxing gloves
bao tay đấm bốc
bow tay dam bock

boxing ring
sàn đấm bốc
san dam bock

punchbag
túi đấm bốc
too-ee dam bock

COMBAT SPORTS

judo
nhu đạo
ny-oo dow

karate
võ karate
vor kar rar teh

kickboxing
môn kickbox
mon kick box

taekwondo
taekwondo
tay kwon dow

Tai Chi
khí công
khee kong

Vovinam
Việt võ đạo
vee-it voh dow

More and more Vietnamese people are starting to participate in athletics, especially young professionals living in big cities.

VOCABULARY

runner
người chạy
ngoy-ee chy-ee

start/finish line
vạch xuất phát/đích
vack suat fat/dick

decathlon
mười môn phối hợp
moy-ee mon foy hop

race
cuộc đua
koo-ok doo-a

heat
vòng sơ khảo
vong sor kao

to do athletics
tập điền kinh
tap dee-en king

marathon
chạy marathon
chy-ee mar rar tong

final
chung kết
choong ket

to run
chạy
chy-ee

sprint
chạy nước rút
chy-ee noo-ok zoot

starter's gun
súng khởi động
soong koi dong

to race
đua
doo-a

relay
chạy tiếp sức
chy-ee tee-ip sook

triple jump
nhảy ba lần
ny-ay ba lan

to jump
nhảy
ny-ay

lane
làn chạy
lan chy-ee

heptathlon
bảy môn phối hợp
bay mon foy hop

to throw
ném
nem

athlete
vận động viên điền kinh
van dong vi-en dee-en kinh

discus
ném đĩa
nem dee-a

high jump
nhảy cao
ny-ay cao

hurdles
chạy vượt rào
chy-ee voo-at zow

javelin
ném lao
nem low

long jump
nhảy xa
ny-ay sar

pole vault
nhảy sào
ny-ay sow

running track
đường chạy
doo-ong chy-ee

shot put
ném tạ
nem tar

spikes
giầy đinh
zay ding

starting block
bục bắt đầu
book but dow

stopwatch
đồng hồ bấm giờ
dong hoh bam zer

Cycling tours are very popular in Vietnam. There are many options on offer, from easy to challenging, from short to long distance, from remote routes to bustling city roads.

VOCABULARY

cycling jersey
áo đạp xe
ow dap sair

road/track race
đường đua
doo-ong doo-a

to ride a bike
đi xe đạp
dee sair dap

cycling shorts
quần đạp xe
kwan dap sair

time trial
tính thời gian
ting toy zan too

to pedal
đạp
dap

rider
người đạp xe
người đạp xe

stage
giai đoạn
zie doo-an

to crash
đâm
dam

BMX
xe đạp địa hình
sair dap dear hing

helmet
mũ bảo hiểm
moo bow hee-im

mountain bike
xe đạp leo núi
sair dap lee-o noo-ee

road bike
xe đạp đường dài
sair dap doo-ong zie

velodrome
đua xe lòng chảo
doo-a sair long chow

water bottle
chai nước
chai noo-ok

VOCABULARY

minigolf
sân tập gôn
san tap gon

golf course
sân gôn
san gon

clubhouse
câu lạc bộ
cow lac boh

caddie
người giúp mang gậy
ngoy zee-oop mang gay

green
vùng cỏ quanh lỗ
voong cor kwang lor

bunker
bẫy cát
bay kat

hole
hố
hố

handicap
điểm chấp
deem chup

hole-in-one
đánh một gậy vào lỗ
dang mot gay vow lor

over/under par
trên/dưới số gậy
tiêu chuẩn
chen/zoo-oi so gay
tee-iu chuan

to play golf
chơi gôn
choy gon

to tee off
phát bóng
fat bong

golf bag
túi gôn
too-ee gon

golf ball
bóng gôn
bong gon

golf buggy
xe điện
sair dee-in

golf club
gậy gôn
gay gon

golfer
người chơi gôn
ngoy choy gon

tee
que đặt bóng
que dat bong

archery
bắn cung
bun koong

baseball
bóng chày
bong chy

climbing
leo núi
lee-o noo-ee

equestrian
cưỡi ngựa
coo-ee ngoo-a

fishing
câu cá
cow car

gymnastics
thể dục dụng cụ
tay zook zoong coo

handball
bóng ném
bong nem

hockey
khúc côn cầu
kook kone cow

shooting
bắn súng
bun soong

skateboarding
trượt ván
choo-ot van

snooker
bi-a
bee-a

volleyball
bóng chuyền
bong chewin

HEALTH | SỨC KHOẺ

It's important to arrange appropriate cover for healthcare during your time in Vietnam. Healthcare for residents is funded by mandatory health insurance and provided by a system of hospitals and community health centres. If you are a holidaymaker in Vietnam, ensure you have appropriate travel insurance in place.

first-aid kit
hộp sơ cứu
hop sor koo

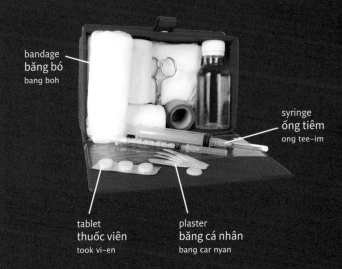

bandage
băng bó
bang boh

syringe
ống tiêm
ong tee–im

tablet
thuốc viên
took vi–en

plaster
băng cá nhân
bang car nyan

The Vietnamese healthcare system is different from that in the UK. The pharmacy is usually the first port of call for most minor ailments. However, if you have a more serious health problem, you should go directly to a hospital to see a specialist. You can also go to a community health centre where there are general doctors, although you may be sent to a hospital immediately if they can't treat you.

YOU MIGHT SAY...

I don't feel well.
Tôi cảm thấy không khỏe.
toy cam tay kong kwai

I've hurt my...
Tôi bị đau...
toy bee dow

I'm going to be sick.
Tôi buồn nôn.
toy boo-on non

I need to see a doctor.
Tôi cần gặp bác sĩ.
toy kan gap ba-see

I need to go to hospital.
Tôi cần phải đi bệnh viện.
toy kan fie dee benn vi-en

Call an ambulance.
Gọi xe cứu thương.
goy sair koo too-ong

YOU MIGHT HEAR...

What's wrong?
Bạn bị làm sao?
ban bee lam sow

What are your symptoms?
Bạn có các triệu chứng gì?
ban cor kak chee-u choong zee

Where does it hurt?
Bạn bị đau ở đâu?
ban bee dow oh dow

How are you today?
Hôm nay bạn thế nào?
home nay ban tay now

How long have you been feeling like this?
Bạn đã cảm thấy như thế này bao lâu rồi?
ban dah cam tay ny-oo tey nay bow low zoi

You need to make an appointment to see a doctor.
Bạn cần phải đặt hẹn để gặp bác sỹ.
ban can fie dat hen deh gap bark see

doctor	pain	health insurance
bác sĩ	**đau đớn**	**bảo hiểm y tế**
ba-see	dow don	bow hee-im ee teh
nurse	illness	healthy
y tá	**bệnh**	**lành mạnh**
ee tar	benn	lan man
specialist	mental health	to be unwell
bác sỹ chuyên khoa	**sức khỏe tinh thần**	**không khỏe**
back see chuyan kwah	sook kwai ting tan	kong kwai
paramedic	treatment	to recover
nhân viên y tế	**quá trình điều trị**	**hồi phục**
nyan vi-en ee teh	kwa ching dee-u chee	hoy fook
first aider	symptom	to look after
người sơ cứu	**triệu chứng**	**chăm sóc**
ngoy sor koo	chee-u choong	chum sock
patient	recovery	to treat
bệnh nhân	**sự hồi phục**	**điều trị**
benn nyan	soo hoy fook	dee-u chee

You will need to pay cash for any medication or treatment received in Vietnam. Remember to retain valid receipts so you can claim through your insurance later.

hospital
bệnh viện
benn vi-en

pharmacist
dược sĩ
zoo-ok see

pharmacy
hiệu thuốc
hee-oo took

VOCABULARY

throat	breast	balance
họng	**ụ**	**thăng bằng**
hong	ngoo-uk	tang bang
eyelash	(body) hair	to see
lông mi	**lông**	**nhìn**
long mee	long	nyin
eyebrow	height	to smell
lông mày	**chiều cao**	**ngửi**
long may	chee-oo cow	ngoo-ee
eyelid	weight	to hear
mí mắt	**cân nặng**	**nghe**
mee mut	kan nang	ngey
nostrils	sense of hearing	to touch
lỗ mũi	**thính giác**	**chạm**
lor moo-ee	ting zark	cham
lips	sense of sight	to taste
môi	**thị giác**	**nếm thử**
moy-ee	tee zark	nem too
tongue	sense of smell	to stand
lưỡi	**khứu giác**	**đứng**
loo-ee	kwoo zark	doong
skin	sense of taste	to walk
da	**vị giác**	**đi bộ**
zaa	vee zark	dee boh
genitals	sense of touch	to lose one's balance
ộậụ	**cảm giác**	**mất thăng bằng**
boh fan sing zook	cam zark	mat tang bang

FACE

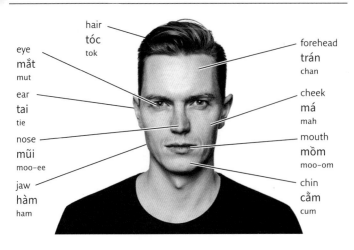

hair
tóc
tok

forehead
trán
chan

eye
mắt
mut

ear
tai
tie

cheek
má
mah

nose
mũi
moo-ee

mouth
mồm
moo-om

jaw
hàm
ham

chin
cằm
cum

HAND

FOOT

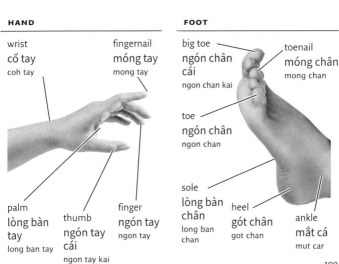

wrist
cổ tay
coh tay

fingernail
móng tay
mong tay

big toe
ngón chân cái
ngon chan kai

toenail
móng chân
mong chan

toe
ngón chân
ngon chan

sole
lòng bàn chân
long ban chan

palm
lòng bàn tay
long ban tay

thumb
ngón tay cái
ngon tay kai

finger
ngón tay
ngon tay

heel
gót chân
got chan

ankle
mắt cá
mut car

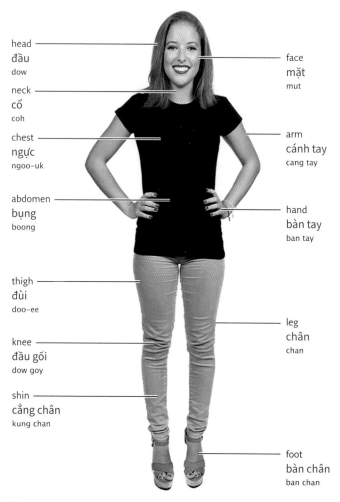

head
đầu
dow

face
mặt
mut

neck
cổ
coh

chest
ngực
ngoo-uk

arm
cánh tay
cang tay

abdomen
bụng
boong

hand
bàn tay
ban tay

thigh
đùi
doo-ee

leg
chân
chan

knee
đầu gối
dow goy

shin
cẳng chân
kung chan

foot
bàn chân
ban chan

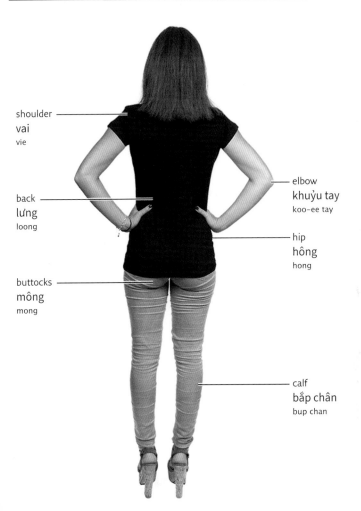

shoulder
vai
vie

back
lưng
loong

buttocks
mông
mong

elbow
khuỷu tay
koo-ee tay

hip
hông
hong

calf
bắp chân
bup chan

VOCABULARY

skeleton
xương
soo-ong

kidney
thận
tan

bone
xương
soo-ung

organ
bộ phận cơ thể
boh fan ker tay

intestines
ruột
zoo-ot

muscle
cơ bắp
ker bup

brain
não
now

digestive system
hệ tiêu hóa
heh tee-iu hwa

tendon
gân
gun

heart
tim
tim

respiratory system
hệ hô hấp
heh hoh hap

tissue
mô
moh

lung
phổi
foy

bladder
bàng quang
bang kwang

cell
tế bào
teh bow

liver
gan
gan

blood
máu
mow

artery
động mạch
dong mack

stomach
bụng
boong

joint
khớp
kop

vein
tĩnh mạch
ting mack

YOU SHOULD KNOW...

Parts of the body feature often in common Vietnamese expressions, such as:
"ruột để ngoài da" meaning "wear your heart on your sleeve" (literally: the stomach is on the skin)

"mồm miệng đỡ chân tay" meaning "a lazy person, who is only good at talking" (literally: the mouth can help the arms and legs)

"lưỡi không xương nhiều đường lắt léo" meaning "a dishonest person" (literally: the tongue has no bone, it can go any way)

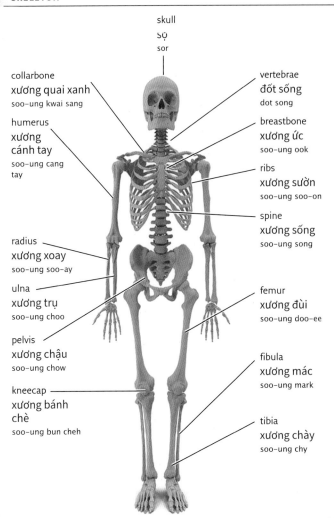

skull
sọ
sor

collarbone
xương quai xanh
soo-ung kwai sang

humerus
xương
cánh tay
soo-ung cang
tay

radius
xương xoay
soo-ung soo-ay

ulna
xương trụ
soo-ung choo

pelvis
xương chậu
soo-ung chow

kneecap
xương bánh
chè
soo-ung bun cheh

vertebrae
đốt sống
dot song

breastbone
xương ức
soo-ung ook

ribs
xương sườn
soo-ung soo-on

spine
xương sống
soo-ung song

femur
xương đùi
soo-ung doo-ee

fibula
xương mác
soo-ung mark

tibia
xương chày
soo-ung chy

If you need to see a doctor in Vietnam, you don't need to make an appointment in advance. You can either go to a hospital and ask to see a specialist, or go to a community health centre and ask to see a general doctor. However, you do have to pay a registration fee for this. Be aware that there isn't a "family doctor" concept in Vietnam; you might be able to see the same doctor, but they won't have your records to hand or know you personally.

YOU MIGHT SAY...

I'd like to see a doctor/specialist.
Tôi muốn gặp bác sĩ/bác sĩ chuyên khoa.
toy moon gap ba-see/ba-see chuyan kwah

I need to see a ... specialist.
Tôi cần gặp bác sĩ chuyên khoa...
toy kan gap ba-see chuyan kwah

I'm allergic to...
Tôi dị ứng với...
toy zee oong voy

I take medication for...
Tôi uống thuốc cho...
toy oong took chor

I've been feeling unwell.
Tôi cảm thấy không khỏe.
toy cam tay kong kwai

YOU MIGHT HEAR...

May I examine you?
Tôi có thể khám cho bạn không?
toy cor tay kam chor ban kong

Tell me if that hurts.
Nói cho tôi biết nếu bạn cảm thấy đau.
noy chor toy bee-it new ban cam tay dow

Do you have any allergies?
Bạn có bị dị ứng gì không?
ban cor bee zee oong zee kong

Do you take any medication?
Bạn có dùng thuốc gì không?
ban cor zoong took zee kong

You need to see a specialist.
Bạn cần đi khám chuyên khoa.
ban kan dee kam chuyan kwah

VOCABULARY

clinic	examination	test
phòng khám bệnh	**khám bệnh**	**kiểm tra**
fong kam benn	kam benn	kee-im cha

prescription
đơn thuốc
don took

antibiotics
kháng sinh
kang sinh

to examine
khám
kam

vaccination
tiêm phòng
tee-im fong

the pill
viên thuốc
vi-en took

to be on medication
đang dùng thuốc
dang zoong took

medication
thuốc
took

sleeping pill
thuốc ngủ
took ngoo

to be allergic to
bị dị ứng với
bee zee oong voy

blood pressure monitor
máy đo huyết áp
may doh hu-eet ap

examination room
phòng khám
fong kam

examination table
bàn kiểm tra
ban kee-im tra

GP
bác sĩ gia đình
ba-see zaa din

nurse
y tá
ee tar

stethoscope
ống nghe
ong nghe

syringe
ống tiêm
ong tee-im

thermometer
nhiệt kế
ny-eet keh

waiting room
phòng chờ
fong choh

YOU MIGHT SAY...

Can I book an appointment?
Tôi có thể đặt một cuộc hẹn không?
toy cor tay dat mot koo-ok hen kong

I have toothache/an abscess.
Tôi bị đau răng/áp xe.
toy bee dow zang/ap sair

My filling has come out.
Miếng trám của tôi bị hỏng.
mee-ing cham koo-a toy bee hong

I've broken my tooth.
Tôi bị gãy răng.
toy bee gay zang

YOU MIGHT HEAR...

We don't have any appointments available.
Chúng tôi không còn cuộc hẹn nào.
choong toy kong con koo-ok hen now

You need a new filling.
Bạn cần trám lại răng.
ban kan cham lie zang

Your tooth has to come out.
Bạn phải nhổ răng.
ban fie ny-or zang

You need to have your teeth cleaned.
Bạn cần làm sạch răng.
ban kan lam sack zang

VOCABULARY

molar
răng hàm
zang ham

incisor
răng cửa
zang koo-a

canine
răng nanh
zang nang

wisdom teeth
răng khôn
zang kon

filling
trám răng
cham zang

crown
chụp răng
choop zang

root canal treatment
điều trị tủy
dee-u chee too-ee

toothache
đau răng
dow zang

abscess
áp xe
ap sair

extraction
nhổ răng
ny-or zang

to brush one's teeth
đánh răng
dang zang

to floss
xỉa răng
see-a zang

braces
niềng răng
nee-ang zang

dental floss
chỉ nha khoa
chee nyah kwah

dental nurse
y tá nha khoa
y tar nyah kwah

dentist
nha sỹ
nyah see

dentist's chair
ghế nha sỹ
gay nyah see

dentist's drill
khoan nha khoa
kwan nyah kwah

dentures
răng giả
zang zar

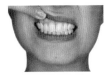
gums
nướu răng
noo zang

mouthwash
nước súc miệng
noo-ok sook mee-ing

teeth
hàm răng
ham zang

toothbrush
bàn chải đánh răng
ban chai dang zang

toothpaste
kem đánh răng
kem dang zang

Opticians are commercial businesses in Vietnam. If you want a pair of glasses, you go directly to the optician's. However, if you have a problem with your eyes, you need to go to the hospital and see an ophthalmologist.

YOU MIGHT SAY...

My eyes are dry/sore.
Mắt tôi bị khô/đau.
mut toy bee koh/dow

Do you repair glasses?
Bạn có sửa kính không?
ban cor soo-a kin kong

YOU MIGHT HEAR...

Look up/down/ahead.
Nhìn lên/xuống/phía trước.
nyin len/soo-ong/fee-a choo-oc

You need reading glasses.
Bạn cần kính đọc sách.
ban kan kin dok sack

VOCABULARY

ophthalmologist
bác sĩ nhãn khoa
ba-see nyan kwah

reading glasses
kính đọc sách
kin dok sack

bifocals
kính đa tiêu cự
kin dar tee-iu coo

lens
mắt kính
mut kin

conjunctivitis
viêm kết mạc
vee-im ket mark

stye
lẹo mắt
le-or mut

blurred vision
mờ mắt
moh mut

cataracts
đục thủy tinh thể
dook too-ee ting tay

short-sighted
cận thị
kan tee

long-sighted
viễn thị
vee-in tee

visually impaired
khiếm thị
kiem tee

blind
mù
moo

colour-blind
mù màu
moo mow

to wear glasses
đeo kính
de-oh kin

to use contacts
đeo kính áp tròng
de-oh kin ap chong

contact lens case
hộp kính áp tròng
hop kin ap chong

contact lenses
kính áp tròng
kin ap chong

eye chart
bảng kiểm tra thị lực
bang kee-im cha tee loo-uc

eye drops
thuốc nhỏ mắt
took nee-oh mut

eye test
kiểm tra mắt
kee-im cha mut

frames
gọng
gong

glasses
kính
kin

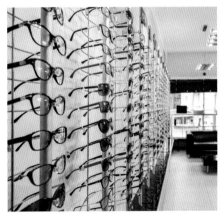

glasses case
hộp đựng kính
hop doong kin

optician's
phòng khám nhãn khoa
fong kam nyan kwah

There are both public hospitals and private hospitals in Vietnam. However, private hospitals are often specialist hospitals, and are not included in the insurance system. The public hospitals are ranked – the higher the ranking, the better the facilities and the doctors, which also means that there may be a long queue.

YOU MIGHT SAY...

Which ward is ... in?
Khoa ... ở đâu?
kwah ... oh dow

What are the visiting hours?
Giờ thăm là gì?
zer tam lah zee

YOU MIGHT HEAR...

He/She is in ward...
Anh/Chị ấy ở khoa...
ann/chee ay oh kwah

Visiting hours are...
Giờ thăm là...
zer tam lah

VOCABULARY

public hospital
bệnh viện công
benn vi-en kong

private hospital
bệnh viện tư nhân
benn vi-en too nyan

A&E
phòng cấp cứu
fong cap koo

ambulance
xe cứu thương
sair koo too-ong

physiotherapist
vật lý trị liệu
vat lee chee lee-oo

radiographer
kĩ thuật viên x quang
kee twat vee-in icks kwan

surgeon
bác sĩ phẫu thuật
ba-see fow twat

operation
phẫu thuật
fow twat

scan
chụp
choop

intensive care
điều trị đặc biệt
dee-u chee dack bee-it

diagnosis
chẩn đoán
chan doo-an

defibrillator
máy khử rung tim
may koo zoong tim

to take his/her pulse
lấy mạch của anh/chị ấy
lay mack koo-a ann/chee ay

to undergo surgery
trải qua phẫu thuật
chai qua fow twat

to be admitted/discharged
nhập/xuất viện
nyap/soo-at vi-en

crutches
nạng
nang

drip
ống truyền
ong chewin

hospital bed
giường bệnh
zee-u-ong benn

monitor
máy đo
may dor

neck brace
nạng cổ
nang coh

operating theatre
phòng phẫu thuật
fong fow twat

oxygen mask
mặt nạ ô xy
mut nah oh see

plaster cast
bó bột
boh bot

ward
khoa
kwah

wheelchair
xe lăn
sair lan

X-ray
x quang
icks kwan

Zimmer frame®
khung zimmer
koong zimmer

YOU MIGHT SAY...

Can you help me?
Bạn có thể giúp tôi được không?
ban cor tay zee-oop toy doo-ok kong

Can you call an ambulance?
Bạn có thể gọi xe cứu thương không?
ban cor tay goy sair koo too-ong kong

I've had an accident.
Tôi bị tai nạn.
toy bee tie nan

I've hurt my...
Tôi bị đau...
toy bee dow

I've broken my...
Tôi bị gãy...
toy bee gay

I've sprained my...
Tôi bị bong gân...
toy bee bong gan

I've cut/burnt myself.
Tôi bị cắt/bỏng.
toy bee cut/bong

I've hit my head.
Tôi bị đập đầu.
toy bee dap dow

YOU MIGHT HEAR...

Do you feel faint?
Bạn có cảm thấy chóng mặt không?
ban cor cam tay chong mut kong

Do you feel sick?
Bạn có cảm thấy buồn nôn không?
ban cor cam tay boo-on non kong

I'm calling an ambulance.
Tôi đang gọi xe cứu thương.
toy dang goy sair koo too-ong

Where does it hurt?
Bạn bị đau ở đâu?
ban bee dow oh dow

VOCABULARY

concussion	accident	dislocation
chấn động	tai nạn	trật khớp
chan dong	tie nan	chat kop

sprain	recovery position	to be unconscious
bong gân	**tư thế hồi phục**	**bất tỉnh**
bong gan	too tey hoy fook	but ting

scar	CPR	to fall
sẹo	**hô hấp nhân tạo**	**ngã**
se-oh	hoh hap nyan tow	ngar

whiplash	stitches	to break one's arm
chấn thương cổ	**khâu**	**gãy tay**
chan too-ong coh	kow	gay tay

swelling	to injure oneself	to twist one's ankle
sưng	**bị thương**	**trật mắt cá chân**
soong	bee too-ong	chat mut car chan

YOU SHOULD KNOW…

You can contact the emergency services by calling 113 (police), 115 (ambulance), or 114 (fire).

INJURIES

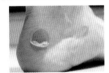

blister
phồng rộp
fong zop

bruise
bầm tím
bam tim

burn
bỏng
bong

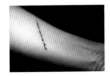

cut
cắt
cut

fracture
gãy
gay

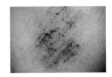

graze
xước
soo-oc

splinter
đâm
dam

sting
đốt
dot

sunburn
cháy nắng
chy-ee nang

FIRST AID

adhesive tape
băng dính
bang zing

bandage
băng bó
bang boh

dressing
băng gạc
bang gark

first-aid kit
bộ sơ cứu
boh sor koo

ice pack
túi nước đá
too-ee noo-ok dar

ointment
thuốc mỡ
took moh

plaster
băng cá nhân
bang car nyan

sling
dây treo
zay che-oh

tweezers
nhíp
ny-eep

YOU MIGHT SAY...

I have the cold/flu.
Tôi bị cảm/cúm.
toy bee cam/cume

I have a sore stomach/a rash/a fever.
Tôi bị đau bụng/phát ban/sốt.
toy bee dow boong/fat ban/sot

I feel faint.
Tôi cảm thấy chóng mặt.
toy cam tay chong mut

I'm going to be sick.
Tôi buồn nôn.
toy boo-on non

I have asthma/diabetes.
Tôi bị hen/tiểu đường.
toy bee hen/tee-u doo-ong

YOU MIGHT HEAR...

You should go to the pharmacy/doctor.
Bạn nên đi bác sĩ/hiệu thuốc.
ban nen dee ba-see/hee-oo thoo-ock

You need to rest.
Bạn cần nghỉ ngơi.
ban kan ngee ngoy

Do you need anything?
Bạn có cần gì không?
ban cor kan zee kong

Take care of yourself.
Giữ gìn sức khoẻ.
zee-oo zin ser kwai-er

You should take some painkillers.
Bạn nên uống thuốc giảm đau.
ban nen oong took zam dow

VOCABULARY

heart attack **đau tim** dow tim	virus **vi rút** vee root	stomach bug **bệnh dạ dày** benn zar zay
stroke **đột quỵ** dot kwi	cold **cảm lạnh** cam lan	food poisoning **ngộ độc thực phẩm** ngoh dock took fam
infection **nhiễm trùng** ny-eem choong	flu **cúm** cume	vomiting **nôn** non
ear infection **viêm tai** vee-im tie	chicken pox **thủy đậu** too-ee dow	diarrhoea **tiêu chảy** tee-iu chy-ee

constipation	dizziness	to cough
táo bón	**chóng mặt**	**ho**
tow bohn	chong mut	hor
diabetes	inhaler	to sneeze
tiểu đường	**bình xịt**	**hắt hơi**
tee-u doo-ong	bing sit	hut hoy
epilepsy	period pain	to vomit
động kinh	**đau bụng hành kinh**	**nôn**
dong kinh	dow boong han kinh	non
asthma	to have high/low blood pressure	to faint
hen suyễn	**bị huyết áp cao/thấp**	**ngất**
hen soo-en	bee hu-eet ap cow/tap	ngat

GENERAL

coughing
ho
hor

fever
sốt
sot

nausea
buồn nôn
boo-on non

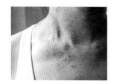

rash
phát ban
fat ban

runny nose
sổ mũi
soh moo-ee

sneezing
hắt hơi
hut hoy

If you are travelling to or in Vietnam while pregnant, make sure you have appropriate travel insurance in place.

YOU MIGHT SAY...

I'm (six months) pregnant.
Tôi đang mang thai (sáu tháng).
toy dang mang tai (sow tang)

My partner/wife is pregnant.
Bạn đời/vợ của tôi đang mang thai.
ban doy/voh koo-a toy dang mang tai

I'm/She's having contractions every ... minutes.
Cơn co thắt của tôi/Chị ấy là ... phút một lần.
kon co tut koo-a toy/chee ay lar ... foot mot lan

My/Her waters have broken.
Nước ối của tôi/Chị ấy đã vỡ.
noo-ok oy koo-a toy/chee ay da voh

I need pain relief.
Tôi cần giảm đau.
toy kan zam dow

YOU MIGHT HEAR...

How far along are you?
Bạn mang thai bao lâu rồi?
ban mang tai bow low zoi

How long is it between contractions?
Thời gian giữa các cơn co thắt là bao lâu?
toy zan zooa kak kon co tut lah bow low

Push!
Rặn!
zan

Do you mind if I examine you?
Bạn có phiền khi tôi khám cho bạn không?
ban cor fee-en key toy kam chor ban kong

Is this your first baby?
Đây có phải là con đầu lòng của bạn không?
day cor fie lah con dow long koo-a ban kong

VOCABULARY

pregnant woman	uterus	labour
phụ nữ mang thai	tử cung	đau đẻ
foo noo mang tai	too koong	dow deh
foetus	cervix	epidural
thai nhi	cổ tử cung	gây tê ngoài màng cứng
tai ny-ee	coh too cung	gay teh ngoy man koong

Caesarean section
sinh mổ
sing moh

stillborn
chết non
chet non

to be in labour
đang đau đẻ
dang dow deh

delivery
sinh con
sing kon

due date
ngày dự sinh
ngie zoo sing

to give birth
đẻ con
deh con

newborn
trẻ sơ sinh
chey sor sing

morning sickness
ốm nghén
om nge-en

to miscarry
bị sẩy thai
bee say tai

miscarriage
sẩy thai
say tai

to fall pregnant
mang thai
mang tai

to breast-feed
cho con bú
chor kon boo

GENERAL

incubator
lồng ấp
long up

labour suite
phòng sinh
fong sing

midwife
hộ sinh
hoh sing

pregnancy test
que thử thai
kwe too tai

sonographer
kỹ thuật viên siêu âm
key twat vee-in see-u um

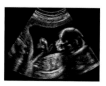

ultrasound
siêu âm
see-u um

Vietnamese traditional medicine has existed for thousands of years, and many people find it effective in treating chronic illnesses. In most places in Vietnam there are traditional medicine hospitals which are part of the healthcare system, although this type of traditional medicine is more often than not used to supplement Western medicine, not to replace it.

VOCABULARY

Vietnamese medicine
thuốc Nam
took nam

therapist
bác sĩ trị liệu
ba-see chee lee-oo

masseur
nhân viên mát xa nam
nyan vi-en mat sar nam

masseuse
nhân viên mát xa nữ
nyan vi-en mat sar noo

chiropractor
bác sĩ trị liệu thần kinh cột sống
ba-see chee lee-oo tan king cot song

acupuncturist
bác sĩ châm cứu
ba-see cham koo

reflexologist
chuyên gia bấm huyệt
chuyan zaa bum hu-eet

steaming therapy
liệu pháp xông hơi
lee-oo fap song hoy

to relax
thư giãn
too zan

to massage
xoa bóp
soo-a bop

to meditate
thiền
tee-en

to prescribe herbal medicine
bốc thuốc
bock took

GENERAL

essential oil
tinh dầu
ting zow

herbal medicine
thảo dược
tow zoo-ok

homeopathy
vi lượng đồng căn
vee loo-ong dong kun

acupuncture
châm cứu
cham koo

chiropractic
nắn khớp xương
nun kop soo-ung

hypnotherapy
liệu pháp thôi miên
lee-oo fap thoy mee-an

massage
mát xa
mat sar

meditation
thiền
tee-en

moxibustion
cứu ngải
koo nga-ee

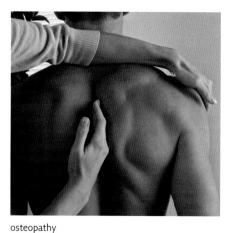

reflexology
bấm huyệt
bum hu-eet

thalassotherapy
liệu pháp biển
lee-oo fap bee-in

osteopathy
nắn xương
nun soo-ung

If you intend to travel from the UK with your pet, you should be aware that a fee is payable for taking a pet into Vietnam. It is also essential to have the following documents: proof of rabies vaccination; international health certificate; a copy of your passport; a photo of your pet; and verification from your vet proving that the pet is healthy and doesn't carry any infectious diseases.

YOU MIGHT SAY...

My dog has been hurt.
Con chó của tôi bị đau.
kon choh koo-a toy bee dow

My cat has been sick.
Con mèo của tôi bị ốm.
kon mee-o koo-a toy bee om

He/She keeps scratching.
Nó cứ gãi.
noh coo guy

My dog needs a tapeworm treatment.
Con chó của tôi cần điều trị sán dây.
kon choh koo-a toy kan dee-u chee san zay

YOU MIGHT HEAR...

Can you tell me what the problem is?
Bạn có thể cho tôi biết vấn đề là gì không?
ban cor tay chor toy bee-it van deh lah zee kong

Has your dog been registered?
Con chó của bạn đã được đăng ký chưa?
kon choh koo-a ban dah doo-ok dang key choo-a

Do you have a pet passport?
Bạn có hộ chiếu thú cưng không?
ban cor hoh chee-oo too kung kong

Is he/she eating normally?
Nó có ăn bình thường không?
noh cor un bing too-ong kong

YOU SHOULD KNOW...

Be aware that dogs are still not permitted in certain public areas, and even if they are, they should be kept on a lead at all times. Certain breeds are also banned or restricted under legislation on dangerous dogs.

veterinary clinic
phòng khám thú y
fong kam too ee

pet
thú cưng
too kung

flea
bọ chét
boh chet

tick
rận
zun

rabies vaccination
tiêm phòng bệnh dại
tee-im fong benn zai

pet passport
hộ chiếu thú cưng
hoh chee-oo too kung

quarantine
cách ly
kack lee

microchip
con chip
con chip

to vaccinate
tiêm phòng
tee-im fong

to worm
tẩy giun
tay zoon

to spay/neuter
phun/khử trùng
phun/koo choong

to put down
cho chết
chor chet

GENERAL

collar
vòng cổ
vong coh

E-collar
vòng cổ điện tử
vong coh dee-in too

lead
dây dắt
zay zut

muzzle
rọ mõm
zor mo-om

pet carrier
lồng thú cưng
long too kung

vet
bác sĩ thú y
ba-see too ee

Vietnam boasts many natural wonders, ranging from misty tropical forests and soaring mountain ranges to pristine sandy beaches and unspoilt islands. The country is home to the biggest natural cave in the world, Son Doong, which was only discovered and explored for the first time in 2009. Vietnam is also recognized as one of the countries with the greatest biodiversity, with many types of forests, marshes, rivers, and coral reefs, creating habitats for a vast number of birds and wildlife.

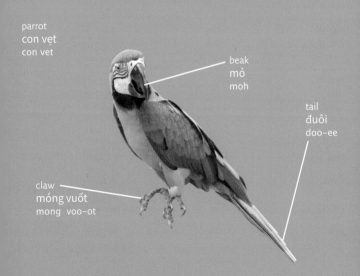

parrot
con vẹt
con vet

beak
mỏ
moh

tail
đuôi
doo-ee

claw
móng vuốt
mong voo-ot

YOU MIGHT SAY/HEAR...

What is the scenery like?
Phong cảnh thế nào?
fong kan tey now

I'd recommend visiting...
Tôi khuyên bạn nên ghé thăm...
toy kwin ban nen geh tam

VOCABULARY

nature reserve
bảo tồn thiên nhiên
bow ton teen nee-en

zoo
vườn bách thú
voo-on back too

animal
động vật
dong vat

species
loài
loo-ai

fur
lông
long

wool
lông
long

paw
chân có móng nhọn
chan cor mong ny-on

hoof
móng guốc
mong goo-ok

snout
mõm
mo-om

mane
bờm
bom

tail
đuôi
doo-ee

claw
móng vuốt
mong voo-ot

horn
sừng
sung

feather
lông vũ
long voo

wing
cánh
cang

beak
mỏ
moh

warm-blooded
máu nóng
mow nong

cold-blooded
máu lạnh
mow lan

to bark
sủa
soo-a

to purr
kêu gừ
kew goo

to growl
gầm gừ
gum goo

Dogs, cats, goldfish, and songbirds are the most popular pets in Vietnam. Songbirds are especially popular with retired people who take their birds out to parks in bamboo cages in the morning.

YOU MIGHT SAY...

Do you have any pets?
Bạn có nuôi con gì không?
ban cor noo-ee kon zee kong

Is it OK to bring my pet?
Tôi có thể mang theo thú cưng được không?
toy cor tay mang teo too kung doo-ok kong

This is my guide dog/assistance dog.
Đây là chó dẫn đường của tôi.
day lah choh zun doo-ong koo-a toy

What's the number for the vet?
Số điện thoại của bác sĩ thú y là gì?
so dee-in twoy koo-a ba-see too ee lah zee

My pet is missing.
Thú cưng của tôi bị lạc.
too kung koo-a toy bee lark

YOU MIGHT HEAR...

I have/don't have a pet.
Tôi có/không có thú cưng.
toy cor/kong cor too kung

I'm allergic to pet hair.
Tôi bị dị ứng với lông vật nuôi.
toy bee zee oong voy long vat noo-ee

Animals are/are not allowed.
Động vật được/không được phép.
dong vat doo-ok/kong doo-ok fep

The phone number for the vet is...
Số điện thoại của bác sĩ thú y là...
so dee-in twoy koo-a ba-see too ee lah

"Beware of the dog".
"Coi chừng chó".
koy choong choh

YOU SHOULD KNOW...

Public areas and restaurants still have strict no-dog rules.

VOCABULARY

fish food	cat litter	farmer
thức ăn cho cá	phân mèo	nông dân
took un chor car	fan mee-o	nong zan

farm **nông trại** nong chai	sheepdog **chó chăn cừu** choh chun coo–u	straw **rơm rạ** zom zar
farmland **đất nông nghiệp** dat nong ngee–ip	flock **đàn** dan	to have a pet **nuôi thú cưng** noo–ee too kung
pony **ngựa con** ngoo–a kon	herd **đàn** dan	to walk the dog **dắt chó đi dạo** zut choh dee zow
guide dog **chó dẫn đường** choh zun doo–ong	animal feed **thức ăn động vật** took un dong vat	to go to the vet **đi bác sĩ thú y** dee ba–see too ee
assistance dog **chó dẫn đường** choh zun doo–ong	hay **cỏ khô** cor koh	to farm **làm trang trại** lam chang chy

PETS

budgerigar
vẹt yến phụng
vet yan foong

canary
chim yến
chim yan

cat
mèo
mee–o

dog
chó
choh

ferret
chồn
chon

goldfish
cá vàng
car vang

guinea pig
chuột bạch
choot back

hamster
chuột cảnh
choot kan

horse
ngựa
ngoo-a

parrot
vẹt
vet

rabbit
thỏ
toh

rat
chuột
choot

FARM ANIMALS

bull
bò đực
boh doo-ok

chicken
gà
gar

cow
bò sữa
boh soo-a

donkey
lừa
loo-a

duck
vịt
vit

goat
dê
zer

goose
ngỗng
ngo–ong

pig
lợn
lon

sheep
cừu
coo–u

BABY ANIMALS

calf
bê
beh

cub
thú con
too kon

fawn
hươi nai non
hoo–ee nai non

foal
ngựa con
ngoo–a kon

kid
cừu non
coo–u non

kitten
mèo con
mee–eo con

lamb
cừu non
coo–u non

piglet
lợn con
lon kon

puppy
chó con
choh kon

aquarium
bể cá
beh car

barn
chuồng
choo-ong

birdcage
lồng chim
long chim

cage
lồng
long

dog basket
giỏ chó
zor choh

hutch
chuồng chó
choo-ong choh

kennel
cũi
coo-ee

litter tray
khay đựng phân
kai doong fan

pet bowl
bát thú cưng
bat too kung

pet food
thức ăn thú cưng
took un too kung

stable
chuồng ngựa
choo-ong ngoo-a

trough
máng
mang

badger
lửng
lung

bat
dơi
zoy

boar
lợn rừng
lon zoong

deer
nai
nigh

fox
cáo
cow

hare
thỏ rừng
toh zong

hedgehog
nhím
ny–eem

mole
chuột chũi
choot choo–i

mouse
chuột
choot

otter
rái cá
zai car

squirrel
sóc
sock

wolf
chó sói
choh soy

bear
gấu
gow

camel
lạc đà
lak dar

chimpanzee
tinh tinh
ting ting

elephant
voi
voy

giant panda
gấu trúc
gow chook

giraffe
hươu cao cổ
hoo-ee cow coh

hippopotamus
hà mã
har mah

kangaroo
chuột túi
choot too-ee

lion
sư tử
soo too

monkey
khỉ
kee

rhinoceros
tê giác
teh zark

tiger
hổ
hor

blackbird
chim sáo
chim sow

buzzard
chim ó
chim oh

crane
sếu
see-u

crow
quạ
kwa

dove
bồ câu trắng
bor cow chang

eagle
đại bàng
die bang

finch
chim sẻ
chim seh

flamingo
hồng hạc
hong hark

gull
mòng biển
moong bee-in

heron
diệc
zee-ec

kingfisher
bói cá
boy car

lark
sơn ca
son ca

ostrich
đà điểu
dar dee-u

owl
cú mèo
coo mee-o

peacock
công
kong

pelican
bồ nông
bor nong

penguin
cánh cụt
cang coot

pigeon
bồ câu
bor cow

robin
chim cổ đỏ
chim coh dor

sparrow
sẻ
seh

stork
cò
cor

swan
thiên nga
teen nga

thrush
họa mi
hwa mee

vulture
kền kền
ken ken

VOCABULARY

tadpole
nòng nọc
nong nock

scales
vẩy
vay

to hiss
rít lên
zit len

frogspawn
trứng ếch
chung eck

shell
vỏ
voh

to croak
kêu
ke-u

alligator
cá sấu
car sow

frog
ếch
eck

gecko
tắc kè
tuk keh

lizard
thằn lằn
tun lun

newt
kì đà
kee dar

snake
rắn
zun

toad
cóc
cock

tortoise
rùa cạn
zoo-a can

turtle
rùa nước
zoo-a noo-ok

coral
san hô
san hoh

crab
cua
koo-a

dolphin
cá heo
car heo

eel
lươn
loo-un

jellyfish
sứa
soo-a

killer whale
cá voi sát thủ
car voi sat too

lobster
tôm hùm
tom hoom

seal
hải cẩu
high cow

sea urchin
nhím biển
ny-eem bee-in

shark
cá mập
car map

starfish
sao biển
sow bee-in

whale
cá voi
car voi

VOCABULARY

swarm	cobweb	to buzz
đàn	**mạng nhện**	**vo ve**
dan	mang ny–en	voh veh

colony	insect bite	to sting
quần thể	**vết cắn côn trùng**	**chích**
kwan tay	vet cun kone choong	chick

ant
kiến
kee–an

bee
ong
ong

beetle
bọ cánh cứng
boh cang koong

butterfly
bướm
boo-om

caterpillar
sâu bướm
sow boo-om

centipede
rết
zet

cockroach
gián
zan

cricket
dế
zeh

dragonfly
chuồn chuồn
choo-an choo-an

236

earthworm
giun đất
zoon dat

fly
ruồi
zoo-i

grasshopper
châu chấu
chow chow

ladybird
cánh cam
cang cam

mayfly
phù du
foo zoo

mosquito
muỗi
moo-i

moth
bướm đêm
boo-om dem

slug
sên
sein

snail
ốc sên
ock sein

spider
nhện
ny-en

wasp
ong vò vẽ
ong vor veh

woodlouse
mối
moy

VOCABULARY

stalk	pollen	grass
cành	**phấn hoa**	**cỏ**
kan	fan hwa	cor
leaf	bud	seed
lá	**nụ**	**hạt giống**
lah	noo	hat zong
petal	wildflower	bulb
cánh hoa	**hoa dại**	**búp**
cang hwa	hwa zai	boop

YOU SHOULD KNOW...

Be aware of the cultural connotations associated with some flowers – lily-of-the-valley symbolizes friendship and affection, but chrysanthemums are usually used as cemetery flowers.

calla lily
lan ý
lan ee

carnation
cẩm chướng
cam choong

chrysanthemum
cúc
cook

daffodil
thủy tiên
too-ee tee–en

daisy
cúc dại
cook zie

dandelion
bồ công anh
bor kong ann

gypsophila
hoa bi
hwa bee

hyacinth
lục bình
look bing

iris
diên vỹ
zee-in vee

jasmine
nhài
ny-ai

lily
ly
lee

lily-of-the-valley
linh lan
ling lan

orchid
lan
lan

peony
mẫu đơn
mow don

poppy
anh túc
ann took

rose
hồng
hong

sunflower
hướng dương
hoong zoo-ong

tulip
tulip
too-ee lip

VOCABULARY

tree
cây
kay

wood
gỗ
goh

berry
quả mọng
kwar mong

shrub
cây bụi
kay boo-ee

branch
cành
kan

root
rễ
zer

orchard
vườn cây
voo-on kay

trunk
thân cây
tan kay

conifer
lá kim
lah kim

vineyard
vườn nho
voo-on ny-or

bark
vỏ cây
voh kay

pine cone/needle
quả thông
kwar tong

broom
đậu chổi
dow choy

camphor tree
long não
long now

chestnut
hạt dẻ
hat zer

cypress
bách
back

fir
thông
tong

fungus
nấm
nam

grapevine
nho
ny-or

honeysuckle
kim ngân hoa
kim ngan hwa

ivy
thường xuân
too-ong swan

lavender
oải hương
oo-ai hoo-ung

lichen
địa y
dee-a ee

lilac
đinh tử hương
ding too hoo-ung

moss
rêu
zee-u

oak
sồi
soy

pine
thông
tong

plane
tiêu
tee-iu

poplar
dương
zoo-ong

willow
liễu
lee-u

VOCABULARY

landscape
phong cảnh
fong kan

estuary
cửa sông
coo-a song

rural
nông thôn
nong ton

soil
đất
dat

air
không khí
kong khee

urban
thành thị
tan tee

mud
bùn
boon

atmosphere
bầu không khí
bow kong khee

polar
cực
cook

water
nước
noo-ok

comet
sao chổi
sow choy

tropical
nhiệt đới
ny-eet doy

LAND

cave
hang
hang

desert
sa mạc
sar mark

farmland
đất nông nghiệp
dat nong ngee-ip

forest
rừng
zong

glacier
sông băng
song bang

grassland
đồng cỏ
dong cor

hill
đồi
doy

lake
hồ
hoh

marsh
đầm lầy
dum lay

mountain
núi
noo-ee

pond
ao
ow

river
sông
song

rocks
đá
dar

scrub
cây bụi
kay boo-ee

stream
suối
soo-i

valley
thung lũng
toong loong

volcano
núi lửa
noo-ee loo-a

waterfall
thác nước
tark noo-ok

SEA

cliff
vách đá
vack dar

coast
bờ biển
boh bee-in

coral reef
rặng san hô
zan san hoh

island
đảo
dow

peninsula
bán đảo
ban dow

rockpool
hồ đá
hoh dar

SKY

aurora
cực quang
cook kwang

moon
mặt trăng
mut chung

rainbow
cầu vồng
cow vong

stars
sao
sow

sun
mặt trời
mut choy

sunset
hoàng hôn
ho-ang hone

Everyone loves having a reason to get together and celebrate. In Vietnam, this usually means great food, the company of close family and friends, and quite possibly a glass of some kind of Vietnamese spirit. Some Western holidays like Christmas, Thanksgiving, and Halloween are celebrated more and more in Vietnam, although they don't bear quite the same cultural and religious significance as they do in the West. There is also a wealth of Vietnamese customs and traditions associated with the various holidays and festivals throughout the year.

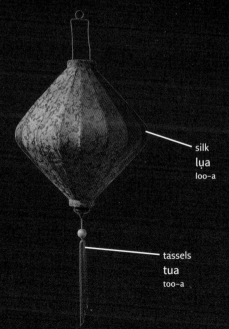

lantern
đèn lồng
den long

silk
lụa
loo–a

tassels
tua
too–a

In Vietnam, annual birthday parties are normally for children, while adults usually only celebrate the "big" ones like 40, 50, and so on.

YOU MIGHT SAY/HEAR...

Congratulations!
Chúc mừng!
chook moong

Best wishes.
Những lời chúc tốt đẹp nhất.
noo-ung loy chook tot dep ny-at

Well done!
Giỏi lắm!
zoy lam

Thank you.
Cảm ơn.
kam on

Cheers!
Cạn ly!
kan lee

You're very kind.
Bạn thật tốt bụng.
ban tat tot boong

Happy birthday!
Chúc mừng sinh nhật!
chook moong sing nyat

Cheers to you, too!
Tôi cũng chúc mừng bạn!
toy koong chook moong ban

Happy anniversary!
Chúc mừng ngày kỷ niệm!
chook moong ngie kee nee-am

Wishing you a prosperous New Year!
Chúc bạn một năm mới an khang thịnh vượng.
chook ban mot nam moy an kang ting voo-ong

VOCABULARY

celebration
lễ kỷ niệm
ler kee nee-am

anniversary
ngày kỷ niệm
ngie kee nee-am

public holiday
ngày nghỉ lễ
ngie ngee ler

birthday
sinh nhật
sing nyat

wedding anniversary
kỷ niệm ngày cưới
kee nee-am ngie koo-ee

religious festival
lễ hội tôn giáo
ler hoy ton zow

special occasion	bad news	to throw a party
dịp đặc biệt	tin xấu	tổ chức một bữa tiệc
zip dack bee-it	tin sow	tor chook mot boo-a teek

good news	to celebrate	to toast
tin tốt	ăn mừng	nâng cốc chúng mừng
tin tot	un moong	nang cock chook moong

YOU SHOULD KNOW...

Lunar New Year or Tết Nguyên Đán is the most important festival and longest holiday in Vietnam. Vietnamese people take part in various traditional customs during this festival to bring them good luck in the New Year. These include inviting a "good" person to enter the house on the first day of the New Year; giving "lucky money" to children and elderly people to wish them health; buying five types of fruits symbolizing good fortune; and eating traditional foods, such as sticky rice cakes.

bouquet
bó hoa
boh hwa

box of chocolates
hộp sô cô la
hop soh cor la

cake
bánh ngọt
bun ngot

decorations
đồ trang trí
doh chang chee

fireworks
pháo hoa
fow hwa

fizzy drink
đồ uống có ga
doh oong cor ga

greetings card
thiệp chúc mừng
tee-ep chook moong

gift
quà tặng
kwar tang

party
buổi tiệc
boo-ee teek

VOCABULARY

birth
sinh con
sing con

graduation
tốt nghiệp
tot ngee-ip

divorce
ly hôn
lee hone

one-month celebration
kỷ niệm đầy tháng
kee nee-am day tang

finding a job
tìm được việc
tim doo-ok vee-ek

having a child
có con
cor kon

childhood
tuổi thơ
toy-ee tor

falling in love
yêu
yee-oo

relocation
chuyển nhà
chewin nya

first day of school
ngày đầu tiên đi học
ngie dow tee-en dee hock

engagement
đính hôn
ding hone

retirement
nghỉ hưu
ngee hoo

passing your driving test
thi đỗ lái xe
tee doh lie sair

marriage
kết hôn
ket hone

funeral
tang lễ
tang ler

YOU SHOULD KNOW...

A baby turning one month old is considered a very important event in Vietnam since it marks the first time that he or she is introduced to the world. The celebration often involves a banquet to which family and friends are invited.

There are 14 official public holidays in Vietnam. Some are international holidays celebrated on the same days as other countries, and some are traditional Vietnamese holidays. Other festivals are celebrated but people don't have time off work.

YOU MIGHT SAY/HEAR...

How many days' holiday do we get?
Chúng ta được nghỉ bao nhiêu ngày?
choong ta doo-ok ngee bow new ngie

Is it a holiday today?
Hôm nay có phải là ngày nghỉ không?
home nay cor fie lah ngie ngee kong

What are you celebrating today?
Bạn kỉ niệm gì hôm nay?
ban kee nee-am zee home nay

I wish you...
Tôi chúc bạn...
toy chook ban

Merry Christmas!
Giáng sinh vui vẻ!
za-ang sing voo-ee veh

Happy New Year!
Chúc mừng năm mới!
chook moong nam moy

Happy holidays!
Nghỉ lễ vui vẻ!
ngee ler voo-ee veh

And to you, too!
Cả bạn nữa!
car ban noo-a

What are your plans for the holiday?
Bạn có kế hoạch gì cho ngày nghỉ không?
ban cor keh ho-wack zee chor ngie ngee kong

Are you celebrating with your family?
Bạn có ăn mừng với gia đình không?
ban cor un moong voy zaa din kong

VOCABULARY

Mother's Day
ngày của Mẹ
ngie koo-a meh

Father's Day
ngày của Cha
ngie koo-a cha

National Day
ngày Quốc Khánh
ngie kwok kang

May Day
ngày Quốc Tế Lao Động
ngie kwok teh low dong

New Year's Day
năm mới
nam moy

New Year's card
thiếp chúc mừng năm mới
tee-ip chook moong nam moy

Father Christmas/ Santa Claus	Christmas Day	Christmas Eve
ông già noel	**ngày giáng sinh**	**đêm Giáng sinh**
ong zar noel	ngie za-ang sing	dem za-ang sinh

National Day is celebrated on 2 September to mark Vietnam's independence in 1945, when it officially became the Democratic Republic of Vietnam. There are many festivities across the country, including parades, fireworks, and a march in Ba Dinh square where the Declaration of Independence was read.

OTHER FESTIVALS

Children's Day	Christmas	Halloween
ngày thiếu nhi	**giáng sinh**	**halloween**
ngie tee-u ny-ee	za-ang sing	har lor en

Hung King's Commemoration Day
Giỗ tổ Hùng Vương
zor tor hoong voong

Lantern Festival
lễ hội đèn lồng
ler hoy den long

Lunar New Year
Tết Nguyên Đán
tet ngwin dan

Mid-Autumn Day
tết trung thu
tet choong too

New Year's Eve
đêm giao thừa
dem zao two-a

Ramadan
lễ nhịn ăn
ler ny-in un

Thanksgiving
lễ tạ ơn
ler tar on

Tomb Sweeping Day
ngày tảo mộ
ngie tow moh

Valentine's Day
ngày lễ tình nhân
ngie ler ting nyan

Most traditional Vietnamese holidays are associated with particular dishes These include sticky rice cakes for the Lunar New Year, moon cakes for the Mid-Autumn festival, and sticky rice balls for the Cold Food Festival.

FOOD

baked moon cake
bánh nướng
bun noo-ong

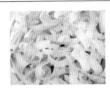

candied coconut
mứt dừa
mut zoo-a

candied lotus seeds
mứt sen
mut sen

cylinder-shaped sticky rice cake
bánh tét
bun tet

melon seeds
hạt dưa
hat zoo-a

New Year's Eve dinner
cơm tất niên
kome tat nee-an

pickled vegetables
dưa góp
zoo-a gop

pork sausage
giò lụa
zor loo-a

square sticky rice cake
bánh chưng
bun choong

sticky moon cake
bánh dẻo
bun zee-or

sticky rice balls with cane sugar
bánh trôi
bun choy

sticky rice balls with mung beans
bánh chay
bun chy

YOU SHOULD KNOW...

No celebration is complete without a few drinks. Vietnamese traditional rice wine is called 'rượu nếp'. There are many variants of rice wine, depending on the type of rice used or the region in which it is made. You can find rice wine in most restaurants and supermarkets in Vietnam. But beware, with an alcohol content as high as 40 to 50 per cent, it can be powerful stuff!

DRINKS

black rice wine
rượu nếp cẩm
zoo-or nep cam

rice wine
rượu nếp
zoo-or nep

Vietnamese fresh beer
bia hơi
beer hoy

New Year (Tết) Festival is the most important celebration for the Vietnamese, and many people return to their hometown to spend time with family and friends. It is celebrated on the first new moon in the year, so falls between January 21st and February 20th. It is customary to give loved ones a red envelope containing a small amount of money.

YOU MIGHT SAY/HEAR...

What day is New Year this year?
Năm nay Tết là ngày bao nhiêu?
nam nay tet lah ngie bow new

Please come and eat with us.
Hãy đến ăn với chúng tôi.
hay den un voy choong toy

Would you like to join my family for New Year celebrations?
Bạn có muốn đón năm mới với gia đình tôi không?
ban cor moon don nam moy voy zaa din toy kong

Best wishes for New Year!
Chúc mừng năm mới!
chook moong nam moy

I have a small gift for you.
Tôi có một món quà nhỏ cho bạn.
toy cor mot mon kwar nee-oh chor ban

Are you going home for the New Year festival?
Tết bạn có về nhà không?
tet ban cor veh nya kong

YOU SHOULD KNOW...

It is traditional to have an antithetical couplet on both sides of the door in Vietnam expressing happiness and good wishes for the New Year. Some families hang lucky paper decorations printed with their wishes for the New Year.

antithetical couplet
câu đối
cow doy

apricot blossom
hoa mai
hwa my

cherry blossom
hoa đào
hwa dow

coming home for New Year
về quê ngày tết
veh kwe ngie tet

fan dance
múa quạt
moo-a kwat

incense burning
thắp hương
tap hoo-ung

lion dance
múa sư tử
moo-a soo too

kumquat tree
cây quất
kay kwat

red envelope
lì xì
lee see

red lucky paper
giấy trang trí
zay chang chee

Vietnamese long dress
áo dài
ow zie

Vietnamese zodiac signs
mười hai con giáp
moy high con zap

ENGLISH

266

PHOTO CREDITS